મંજુને

નિવેદન

સરદાર પટેલ યુનિવર્સિટીના રીડર અને ગુજરાતી સાહિત્યના વિદ્વાન ડૉ. પ્રમોદકુમાર પટેલે આ કૃતિનો એક મુસદ્દો જોઈ કેટલાંક સૂચન કર્યાં હતાં તે બદલ હું એમનો આભારી છું.

વલ્લભવિદ્યાનગર   જયંત ગાડીત

વાં

•

દરેક મનુષ્યને પોતાનું, માત્ર પોતાનું ઘર બનાવવાની હોંશ હોય છે. ઘર બાંધવું, ઘર વધારવું, ઘર સમરાવવું, ઘર શણગારવું કોને નથી ગમતું ભલા? એટલે કોઈ પણ વ્યક્તિ ઘર બનાવવાની આવી કોઈ ને કોઈ પ્રવૃત્તિમાં પડી હોય તો આપણે એને હસી કાઢવી ન જોઈએ, કારણ કે હે સુજ્ઞ શ્રોતાઓ (તમને સુજ્ઞ જ કહેવા પડે ને, ભાઈ! સુજ્ઞ ન કહું તો તમે મારી ચોપડી જ ફેંકી દો! આ કંઈ રાજાશાહી થોડી છે તે તમારી ઉપેક્ષા કરવી પરવડે? આ તો લોકશાહી ભાઈ, લોકશાહી. અમે લોકાશ્રિતો લોકાશ્રિતો), તમે અને હું આપણે બધાં એક ઘર બનાવવાની પળોજણમાં પડ્યા છીએ. એટલે એ પ્રવૃત્તિમાં પડ્યા હોય એમને આપણે રસપૂર્વક નિહાળવાં જોઈએ.

૧

ચાલો, આપણે અનેક ભવ્ય સજ્જનો-દુર્જનોથી ખદબદતા મુંબઈ શહેરમાં આવીએ, શહેર ખરું ને! અને પાછું મોટુંમોટું શહેર. મોટું તો ખરું, પણ બીજાં મોટાં શહેરોથી પાછી એની રંગત જ ઓર. અહીં મળે ગુજરાતી, મરાઠી, પારસી, ઈસાઈ સિંધી, પંજાબી, મદ્રાસી. પ્રાદેશિકતાના ઘેરા રંગ વગરનું શહેર, એટલે ઘરનું વૈવિધ્ય ઘણું મળે.

ક્યાં છે ઘર? • ૧

તો હે સુજ્ઞ શ્રોતાજનો, મુંબઈ શહેરમાં આવી તમે એકકાન થઈ સાંભળો મારી. વાત. અહીં દોડાદોડી છે ઘણી. અહીં કોલાહલ છે ઘણો. જરા બેધ્યાન થશો તો ચૂકી જશો વાત મારી.

આ શહેરમાં ચોવીસે કલાક ચાલે છે ચહલપહલ. અનેક જ્ઞાતિના, અનેક વયના, અનેક સ્વભાવના, અનેક પ્રકારના શારીરિક-માનસિક રોગથી પીડાતા આ શહેરના માનવીઓ કોઈ ઑફિસના, કોઈ ફૅક્ટરીના કે કોઈ દુકાનના છાપરા નીચે ભેગા થાય છે ને છૂટા પડે છે. પરસ્પર સંપર્કમાં આવે છે. હસે છે, બોલે છે, ઈર્ષ્યા કરે છે, દિલ્લગી કરે છે ને છૂટા પડે છે. એકમેક વિશે જાણે છે ઓછું પરંતુ ઘણું જાણે છે એવો ડોળ કરે છે. એકમેકના જીવનમાં રસ લે છે, આનંદ વ્યક્ત કરે છે, રોષ વ્યક્ત કરે છે; પણ એમનું અંતિમ લક્ષ્ય તો એક જ છે, ઘર બનાવવું. એટલે દિવસને અંતે સહુ એકમેકથી છૂટા પડી પોતે બાંધવાના કે પોતે બાંધેલા ઘરને વધારવાની, સમારવાની કે શણગારવાની ચિંતામાં પડી જાય છે. આપણા ધર્માચાર્યો કહે છે કે મનુષ્યની બધી પ્રવૃત્તિનું લક્ષ્ય છે ધર્મ, અર્થ, કામ અને મોક્ષ. હે સુજ્ઞ શ્રોતાઓ, હું આજે તમને કહું છું કે એ વાત ખોટી છે. સાચી વાત તો છે ઘર બનાવવાની, ભલે ધર્માચાર્યો કહેતા હોય, તમે મારી વાત સાચી માનો. આખરે દરેક માનવીનું અંતિમ લક્ષ્ય છે ઘર બનાવવું. એવું ઘર, એવું ઘર જે પોતે મનમાં બાંધેલું હોય. બસ, એવું ઘર બનાવવાની પ્રવૃત્તિમાં આ બધા માનવીઓ પડ્યા છે.

આ મુંબઈ શહેરમાં 'ક્લેયમેન્ટ ઍન્ડ કંપની' નામની પંખા બનાવનારી કંપની છે. જાણીતી છે. તમે બધાએ એનું નામ સાંભળ્યું છે. ઘણાના ઘરમાં એ કંપનીના પંખા પણ હશે. એ કંપનીનો પંખો ઘરમાં નખાવવો એ હંમેશ ગૌરવની બાબત ગણાય છે. બીજી કંપનીઓના પંખા તો બધા નખાવે, પરંતુ ક્લેયમેન્ટનો ફૅન ઘરમાં કોઈક જ લે છે. એની ક્વૉલિટી જ એવી છે. કંપનીને આ દેશના માર્કેટમાં નહીં એટલો પરદેશના માર્કેટમાં રસ છે. એટલે એના પંખા બને છે પરદેશના માર્કેટ માટે. હવે તમે જ કહો, પરદેશના સુખીસુખી ને સમૃદ્ધ દેશના ઘર માટે ઉત્પન્ન થતી વસ્તુ આપણા દેશનો કોઈ મનુષ્ય પોતાના ઘરમાં વસાવે એ ગૌરવનો જ વિષય ગણાય ને?

તો એવી 'ક્લેયમેન્ટ ઍન્ડ કંપની'માં – એની દાદાભાઈ નવરોજી રોડ પર પથ્થરના યાવચ્ચંદ્રદિવાકરૌ ટકે એવા મકાનને પાંચમે માળે આવેલી

ઑફિસમાં અને ચેમ્બુરમાં દેશપાંડે રોડ પર આવેલી એની ફેક્ટરીમાં – અનેક માણસો પોતાનું ઘર બનાવવાની ઇચ્છાથી રોજ મળે છે અને છૂટા પડે છે. એ માણસો એકત્રિત થાય છે એક જ કંપનીના નેજા હેઠળ, પરંતુ એ દરેકના જીવનનાં વર્તુળ એવી રીતે ફરે છે કે એમને એકમેકની સાથે જાણે સંબંધ જ ન હોય. પણ કેટલાક મનુષ્યોના જીવનનાં વર્તુળ નજીકનજીક પણ ફરે છે, અને એમાં કેટલાકનાં વર્તુળ પરસ્પર સાથે ઘસાતાં હોય કે હમણાં ઘસાશે એટલાં નજીક આવી જતાં પણ દેખાય. અને જ્યારે એવું બને છે ત્યારે વર્તુળમાં બેઠેલા એ માનવીઓ ચંચલિત થઈ ઊઠે છે. એ ઘર્ષણથી કેટલાક ખડખડ હસે છે, કેટલાક જાણે એ ઘર્ષણ એમના વર્તુળને જનોઈવઢ કાપ મૂકી દેશે એવા ભયથી ફફડી ઊઠે છે.

આવું જ કંઈક બન્યું કંપનીના આસિસ્ટન્ટ સેલ્સ મૅનેજર મિ. શાન્તિપ્રસાદ ભટ્ટ અને મિ. સુબંધુ દોશીના જીવનમાં. રોજ બંને કંપનીની ઑફિસના છાપરા નીચે ભેગા મળે છે. હંમેશ હસીને, હાથ મિલાવીને જાણે નિકટના આત્મીયજન હોય એ રીતે બંને પરસ્પરની સાથે વાતો કરે છે. કંપનીના વિકાસની ને ઉદ્ધારની, સમાજની ને રાજકારણની એમ અનેક ચર્ચાઓ વારંવાર બંને કરે છે. એકમેકની કુટુંબની વ્યક્તિઓનાં નામ બંને જાણે છે. શાન્તિપ્રસાદ ભટ્ટને ખબર છે મિ. દોશીનાં પત્નીનું નામ મૃદાંગના છે. સુબંધુ દોશીને ખબર છે મિ. ભટ્ટનાં પત્નીનું નામ સવિતા છે. શાન્તિપ્રસાદ ભટ્ટે મિ. દોશીનાં પત્નીને એક વખત ઑફિસમાં આવેલાં એટલે જોયાં છે. આંખને ગમી જાય એવાં છે. નમણાં છે. ભણેલાં છે, ફૅશનેબલ છે. એક વખત મૃદાંગના દોશીને જોયા પછી શાન્તિપ્રસાદ ભટ્ટના ચિત્તમાં મૃદાંગના દોશીનું જે બિંબ બંધાયું તેનું વર્ણન કર્યું આ તમારી પાસે. સુબંધુ દોશીએ મિ. ભટ્ટનાં પત્નીને ક્યારેય જોયાં નથી, મિ. ભટ્ટના યુવાન પુત્રને પણ જોયો નથી, પરંતુ એ પૂનાની એન્જિનિયરિંગ કૉલેજમાં અભ્યાસ કરે છે એની એમને જાણ છે. આવુંઆવું બંને સજ્જનો બીજા કોઈ સજ્જન પાસે કહી શકાય એવું કેટલુંક પરસ્પર વિશે જાણે છે. ખરેખર 'ક્લેયમેન્ટ ઍન્ડ કંપની'ના આ બંને આસિસ્ટન્ટ સેલ્સ મૅનેજર સજ્જનો છે. બંને સફાઈદાર શર્ટ-પૅન્ટ-કોટ-ટાઈ પહેરે છે. હંમેશ સભ્ય ભાષામાં વાત કરે છે. ઑફિસેથી છૂટી રાત્રે સુખની નિદ્રામાં લપેટાઈ જવાય એવાં હૂંફાળાં ઘર એમને છે. એમનાં ઘરની આસપાસ એમના જેવા જ સદ્ગૃહસ્થોનો એક સમાજ છે. એ સમાજના લોકો સજ્જન

કહેવાય છે અને આ બંને વ્યક્તિઓને તેઓ પણ સજ્જન ગણે છે, એટલે આ બંને વ્યક્તિઓ સજ્જનો છે, સદ્‌ગૃહસ્થો છે અને તેથી હું પણ બંનેને સજ્જનો તરીકે ઓળખાવું તો તમને એની સામે કોઈ વાંધો ન હોવો જોઈએ, હે સુજ્ઞજનો.

હાં, તો આ બે સજ્જનોના જીવનનાં વર્તુળ, પરસ્પર ઘસાય એવી એક ઘટના 'ક્લેયમેન્ટ ઍન્ડ કંપની'માં બની, એની આ વાત છે. તો હે સુજ્ઞ શ્રોતાજનો, શાંતિથી સાંભળો એ વાત તમે. કદાચ જુદેજુદે મુખે આ વાત તમને સાંભળવા મળે તો ચિંતા કરશો નહીં. આપણે તો ભલા, મમમમથી કામ કે બીજાથી?

૨

આમ તો મૃદાંગના દોશીને અંબોડો રાખવો વિશેષ ગમે છે. એકની એક રીતેય નહીં, પાંચ-છ સ્ટાઇલથી તે અંબોડો બાંધે છે. એને ખબર છે કે એક જ સ્ટાઇલ, શું કપડાંમાં, શું અંબોડામાં, શું જમવામાં, શું ફર્નિચરની ગોઠવણીમાં સુબંધુને પસંદ નથી. 'મને તો ચેઇન્જ, બસ ચેઇન્જ જોઈએ; ચેઇન્જ વગર દુર્ગંધ પેદા થવા માંડે છે ચારે બાજુ.' હંમેશ સુબંધુ બોલતો હોય છે. ક્યારેક મૃદુ થાકી જાય છે સુબંધુની આ ઘેલછાથી. પોતાના હોમ સાયન્સના જ્ઞાનને નિચોવી નિચોવીને ટપકાવી લે છે; પરંતુ સુબંધુ હમણાંહમણાં સખત બબડતો હોય છે : 'તારામાં કલ્પના નથી, મૃદુ. થોડી કલ્પનાશીલ બન; તારી આસપાસ વિવિધ સુગંધી ફૂલો ખીલી ઊઠશે.'

આજે પોતાને નથી ગમતો તો પણ મૃદુએ એક ચોટલો વાળ્યો છે. સુને ક્યારેક એવો મૂડ આવે છે.

'આજે તને સાઉથ ઇન્ડિયન કૉલેજયુવતી બનેલી જોવી છે ને તારો ચોટલો ખેંચ્યા કરવો છે.'

'એક વખત તો આજે તું બે ચોટલા બાંધ, મૃદુ.' સુબંધુએ હઠ પકડેલી.

'આ કેવું ગાંડપણ, સુ? હું કઈ બાર વરસની બાળા છું તે બે ચોટલા બાંધું?'

'નહીં. મૃદાંગના દોશીએ આજે બે ચોટલા વાળવાના. તું બાર વરસની હોઈશ ત્યારે કેવી લાગતી તે મારે જોવું છે. બાર વરસની મૃદુ. પેલી ભોળીભોળી આંખોવાળી મૃદુ.'

'તું મને બહુ પજવ નહીં, સુ. જા, બે ચોટલા તો નહીં જ વાળવાની.'

પરંતુ તે દિવસે સાંજે મૃદુએ બે ચોટલા વાળેલા. 'લે જોયા કર બાર વરસની મૃદુને. છટ્ટ, મને તારું આવું ગાંડપણ બિલકુલ પસંદ નથી.'

'હો હો હો હો' કરતો મૃદાંગનાને જોઈ સુબંધુ હસેલો. સુબંધુનું આવું હાસ્ય, એનો આવો ચહેરો મૃદુએ ક્યારેય નહીં જોયેલાં. એવો સુ જોવાની એને ખૂબ મજા પડેલી.

'ચાલ હવે આપણે ફરવા જઈએ.'

પરંતુ સુબંધુની એ વાત મૃદુએ ન જ માની.

'તારી ગેરહાજરીમાં પેલી પંજવાણી, મિત્રા, જોષી ને સાઠે મારો જીવ લઈ લે. આમે મને વારંવાર સ્ટાઇલ બદલતી જોઈ મોઢા પર તો વખાણ કરે છે, પણ પાછળથી એકમેકની સામે ત્રાંસું જોઈ હસતી હોય છે.'

બે ચોટલામાં મૃદુના મોંનો ઘાટ જ જાણે ફેરવાઈ ગયેલો, પરંતુ પોતાનો એ ચહેરો મૃદુને પણ ગમેલો. અલબત્ત, બે ચોટલા સાથે ઉંબર બહાર પગ મૂકવાની એની હિંમત નહોતી. એક વખત ફ્લૅટની બહાર નીકળે પછી બહાર તો કોને ખબર છે કે તમે એક ચોટલો વાળો છો કે બે ચોટલા. પણ ફ્લૅટની પરિચિત સૃષ્ટિને ઓળંગવાની હિંમત મૃદાંગના દોશીમાં ક્યાંથી?

એટલે તે દિવસે ઘરમાં મૃદુની સાથે પુરાઈ રહેલો સુબંધુ થનગનતો, ધસમસતો, છકેલો વીસ વરસનો બળૂકો યુવાન બની ગયેલો. મૃદુના રોમેરોમમાં ઝગમગતી વીજળી પ્રસરેલી. આજેય છે એ રોમાંચની સ્મૃતિ.

મૃદુ પારિજાતનાં પુષ્પોની જેમ સુગંધનો પુંજ બની સુબંધુ પર વેરાઈ જાય છે. સૂર્યમુખીની જેમ એની દૃષ્ટિના કેન્દ્રમાં એક જ પદાર્થ છે. અને તોય હમણાંહમણાં કેટલાક દિવસથી સુબંધુની સામે જોતાં એની રગોનું રક્ત શ્વેતકણોથી ઊભરાઈ જાય છે. સુબંધુની આંખોમાંથી વહેતા સ્નેહને એ નીરખે છે. એમાં ક્યાંય ઓસરતી ભરતીના દૂર ને દૂર ઠેલાતા અવાજના પડઘા છે?

એ આંખોથી, સ્પર્શથી, કાનથી સુબંધુના સ્નેહને ચકાસે છે, ટીકીટીકીને સુબંધુની સામે જુએ છે. એના માંસલ બાહુઓમાં સરકે છે. અને પછી એકાએક ચીસ પાડી ઊઠતી હોય એમ બોલી પડે છે :

'મને તારો ડર લાગે છે, સુ.'

'મારો? ઘેલી થઈ કે શું? મારો, સુબંધુનો ડર! તને મૃદુને!'

સુબંધુએ મૃદુને આખેઆખી ચૂમી લીધેલી.

મૃદુએ ડ્રેસિંગ ટેબલ પાસે બેસી આયનામાં પોતાનો એક અંબોડો વાળેલો સુરભિત ચહેરો જોયો. ઘેરા લીલા રંગના ચસોચસ મૅચિંગ બ્લાઉઝમાંથી ઊપસી આવતાં વક્ષસ્થળ. ઘેરા લીલા રંગની વિરુદ્ધ ઊપસી આવતો અનાવૃત ગૌર કટિપ્રદેશ. વીસ વરસની થઈ ત્યારથી આયનામાં જોઈજોઈ મૃદુએ મગરૂરી કેળવવા માંડી છે. કોઈ પણ પુરુષ પોતાની તરફ જુએ પછી ક્ષણેક એની નજર પોતા પર સ્થિર બને જ. પરંતુ દેહથી જ નહીં, હૃદયથી પણ મૃદુ અનાઘ્રાત પુષ્પ રહી છે.

મુંબઈની સેશન્સ કોર્ટના જજ મનમોહન શાહે શહેરના ગમે તેવા રસિક પુરુષના શોખ પૂરા કરી શકે એ માટે ખૂબ સમયસૂચકતા વાપરી મૃદુને હોમ સાયન્સમાં દાખલ કરી દીધી. અભ્યાસનો અભ્યાસ અને ઉપયોગી બને ગૃહિણી બનવામાં. આખરે સ્ત્રીએ સંભાળવાનું તો છે ઘર જ ને. મનમોહન શાહ માટે સ્ત્રી અને ઘર પર્યાય હતાં. સ્ત્રી તો ઘરથી જ દીપે, ઘર ન સાચવી શકે તે સ્ત્રી નહીં. અને હોમ સાયન્સ ગૃહિણી કેમ બનવું એ જ શીખવે છે એમ મનમોહન શાહ દૃઢપણે માનતા. અને મૃદુ બી.એસસી. હોમ સાયન્સ સાથે થઈ. મનમોહન શાહની વ્યવહારુ કુનેહબાજ દૃષ્ટિએ બરોબર સમજી લીધેલું કે આજે ગમે તે કહો, મહત્ત્વ ઇન્ડસ્ટ્રીઝનું છે. મૃદુનાં લગ્ન કોઈ કંપની એક્ઝિક્યૂટિવ સાથે થઈ જાય તો પછી સુખી જ સુખી. અને અહાહા! જેવો જોઈએ એવો પતિ મૃદુ માટે મળી ગયો એમને. બાપના ચહેરાવાળી છોકરી ભાગ્યશાળી જ હોય અને મૃદુની બાબતમાં એ બિલકુલ જાણે સાચું પડ્યું! મનમોહન શાહ એટલે સુખી સુખી છે.

મૃદુએ આખા ખંડમાં નજર ફેરવી. પોતે ગોઠવેલા ખંડ પર પોતે મોહી પડી. ડ્રેસિંગ ટેબલ પાસેથી ઊભી થઈ બાલ્કનીમાં આવી. નીચે નાના બગીચામાં કૉલોનીનાં બાળકો રમે છે. બાળકોને જોઈ મૃદુની નજર ઉદાસ બને છે. ફરરર ફરકતી ખિસકોલી. ચકરાતાં સરકતાં ખળખળ દડતાં હસતાં બાળકો, મારે બાળક જોઈએ, સુ. તારે મને બાળક આપવું પડશે. મારે આ ઘરને કલ્લોલતું કરવું છે.

પા પા પગલી તાતા ચાચા કૂણુંકૂણું ગોરુંગોરું મલપતું બાળક. ગુડનાઇટ મમ્મી, હેલો પપ્પા. મારો કોઈ અવાજ તમારે કાને નથી પડતો, સુ. બાળક વગર ઘર નથી.

ડૉરબેલ રણકે છે.

'નાચીજ સેવક આપના અરમાનમહેલે તશરીફ લાવી શકે, હે જહાનઆરે!'

મૃદુનું ચમકદાર સ્મિત.

સુબંધુ દોશી સોફા પર બિરાજમાન થાય છે. બાટાના લેટેસ્ટ ડિઝાઇનના ચકચક પૉલિશ બૂટ પગમાંથી કાઢે છે. આખા ઘરમાં નેસકૉફીની સુગંધ પ્રસરે છે.

મૃદુ મૃદુ મૃદુ, તારી આ પ્રફુલ્લ વિકસિત આંખો થોડીક તો ફેરવી લે મારાથી, ફરીફરીને ખીલી ઊઠતાં આ નયન. મારી નસોનું બળ. તું સસ્મિત વદને ગાલમાં ખંજન પાડતી હંમેશ મારા તરફ આમ જ નીરખ્યા કરવાની? એ જ તારો આનંદ! એ જ તારી તૃપ્તિ!

'આજે સેલ્સમૅનની ઘરે વહેલીવહેલી પધરામણી?'

સુબંધુની આંખો સામે સિંદૂરના મોટા ચાંલ્લાથી દેદીપ્યમાન ગૌર લલાટ ચમકે છે.

'મારી સામે આમ નફ્ફટની જેમ તાક્યા ન કર, સુ. મને નથી ગમતું.'

સુબંધુ ખીસામાંથી 'અપ્સરા'ની બે ટિકિટ હથેળીમાં ધરે છે.

'ખુશખબર. મેં, સુબંધુ દોશીએ એક વર્ષમાં ક્લેયમેન્ટ ઍન્ડ કંપનીનું સેલ વધાર્યું. પાંચ વર્ષથી કંપનીનું સેલ સખત ઘટતું હતું. મેં વધાર્યું સેલ. મેં સુબંધુ દોશીએ.'

પાસે બેઠેલી મૃદુના કર્ણમૂલ સુધી પહોંચી જાય છે સુબંધુ, મૃદુની વિસ્ફારિત નજર સુબંધુ તરફ ફરે છે.

'તમારાથી સિનિયર ભટ્ટનું શું?'

'સિનિયૉરિટી-ફિનિયૉરિટી પ્રાઇવેટ કંપનીમાં નહીં, મારું ચાલે તો આ દેશમાંથી સિનિયૉરિટી નાબૂદ કરી નાખું. વર્ક વર્ક વર્ક. વર્ક શુડ બી રિવૉર્ડેડ.'

'ભટ્ટ માણસ બિચારો ભલો લાગે છે.'

'ભલો ને બલો, તું એને શું ઓળખે? હસીને વાત કરી એટલે ભલો થઈ ગયો? અને બિઝનેસમાં ભલા માણસો ન ચાલે. એફિસિયન્સી! એફિસિયન્સીનું મહત્ત્વ છે. શું સમજ્યાં મૃદાંગનાદેવી? ભલા માણસોનું આ દુનિયામાં કામ નથી, કંપનીને તાળાં મારવાં પડે.'

મૃદુના મસૃણ હાથ સુબંધુના સ્કંધ પર ટેકવાય છે.

'નાચીજ બંદો અમારી જહાનઆરેને મોટા – ખૂબ મોટા ફ્લેટમાં લઈ જશે.'

મૃદુ સુબંધુની છાતી પર મસ્તક ટેકવે છે.

'મારો સાચો ફ્લૅટ તો અહીં છે, અહીં છે, અહીં છે.'

રાત્રે નિદ્રામાં સુબંધુ દોશી એક ઘટાદાર આંબાવાડિયામાં અજંપિત સૂરે ચિત્કારતી કોયલ જુએ છે. બાજુના ઘરમાંથી નીકળી મૃદુ કોયલને સાંભળ્યા વગર શાંતિથી આંગણામાં કબૂતરને ચણ વેર્યા કરે છે. કોયલનો અજંપિત સૂર ચોતરફ હવામાં દૂર દૂર ફેલાયા કરે છે.

સવારે ઊઠી મૃદુ સુબંધુને સમાચાર આપે છે : 'ગઈ કાલે બાપુજીનો ફોન હતો. આજે આપણે બોરીવલી જમવાનું છે.'

'તું મને પૂછ્યા વગર હા ન પાડી દે, મૃદુ. આજે મારે કેટલું અગત્યનું કામ છે, તને કેમ સમજાવું!'

'રવિવારેય તારે કામ હોય, સુ. રોજ ઑફિસ. તો આપણે સગેવહાલે જવું ક્યારે? તું કામ પતાવીને આવજે. ભલે મોડું થાય.'

'મારે એક નવી ડિઝાઇનના ફૅનની સ્કીમ આપવી છે કંપનીને. આજે કેટલા બધા માણસોને મળવાનું છે. બધું કામ પડતું મૂકી માત્ર જમવા છેક બોરીવલી નાસવાનું! પ્લીઝ, મૃદુ, તું સમજ. હું કેમ કરીને આવીશ? જમવા માટે દિવસ ઘણા છે. જા, કાલે રાત્રે બોરીવલી જમીશું. હું ઑફિસેથી સીધો બોરીવલી આવીશ. પણ આજ સૉરી.'

'નક્કી? તો હુંય આજ નથી જતી. બાપુજીને ફોન કરી દઉં છું. વિચાર કરી લે. પછી કાલે કોઈ બહાનું નહીં સાંભળું.'

'ઓ માય ડિયર, મૃદુ, નક્કી નક્કી નક્કી, સાત વાર નક્કી, બસ. કાલે સાંજે ૨૧, કુલકર્ણીપાર્ક મનમોહન શાહને ત્યાં એમનાં પનોતાં પુત્રી મૃદાંગના દોશી એમના ખાવિંદ, એમના સહધર્મચારી એમના સૌભાગ્યદેવ સુબંધુ દોશી સાથે રાત્રિભોજન લેશે. રમેશ દોશી અને અંજના દોશીના સુપુત્ર શ્રી સુબંધુ દોશીએ પોતાની શુદ્ધ અને સ્વસ્થ માનસિક હાલતમાં મૃદાંગના દોશી ઉર્ફે...'

મૃદુ સુબંધુના મોં પર હાથ દબાવે છે, 'બસ બસ.'

સુબંધુના ચહેરા પર મોહક સ્મિત છે. 'તારા પપ્પાને હમણાં ફોન રહેવા દે. તું જ બોરીવલી જા. રાત ત્યાં જ રહી પડજે. કાલે સાંજે હું ત્યાં આવું છું. પત્ની માગે તે પહેલાં પિયર જવાની મંજૂરી.' અને મૃદુની પ્રસન્નતા અખંડિત રહે છે.

* * *

રવિવારે સવારે સાડાદસે સુબંધુ દોશી સાંતાક્રુઝના ૫, ઍવન્યૂ પર આમતેમ ચપળ નજર ફેરવતો જાહ્નવિકા આચાર્યે આપેલી નિશાનીએ એક મકાનને શોધે છે. આસપાસ આજના મૉડર્ન આર્કિટેકની વચ્ચેવચ્ચે જૂની બાંધણીનાં મકાનો નજરે પડે છે, આછી વસ્તીથી ભરેલાં. આસપાસના અસહ્ય કોલાહલની વચ્ચે પોતાનું એકાંત શોધી બેસી ગયેલા આશ્રમનિવાસીઓ જેવાં. એ મકાનોની બાંધણી છે ભલે જૂની, પરંતુ રંગરોગાનને લીધે હજી એવાં જ સુબંધુની આંખને આકર્ષક લાગ્યાં. સુબંધુ દોશીની ગતિ ધીમી છે, પણ આંખની ગતિ ખૂબ ત્વરિત છે. પાંચ ડગલાં આગળ બે ડગલાં બાજુમાં અને સ્વચ્છ મકાનોની વચ્ચે એક મોટું પણ જીર્ણ લાગતું મકાન નજરે પડે છે. અને એ મકાન દૃષ્ટિમાં આવતાં જ પગની ગતિ ઝડપી બને છે.

મકાનની કંપાઉન્ડ-વૉલ તૂટેલી છે. ભીંતો વરસોવરસના વરસાદથી કાળી પડી ગઈ છે. મકાન બંધાયા પછી કોઈએ એને રંગ નથી કરાવ્યો એમ પહેલી નજરે સુબંધુને લાગ્યું. મકાનની નજીક જઈ ખૂબ ઝાંખી ને પીળી પડી ગયેલી આરસની તકતી પર મુશ્કેલીએ વાંચી શકાય એવા અક્ષરો ઉકેલ્યા, મયાશંકર આચાર્ય, હાઈકોર્ટ જજ.'

એકદમ જાહ્નવિકા આચાર્યનો એ જ પરિચિત સંકોચશીલ, વેદનાસિક્ત આંખવાળો, સહેજ સ્મિત કરતાં જ બહાર નીકળી પડતા આગળના બે લંબદાંતવાળો સૂકો ને શ્યામ ચહેરો મકાનમાંથી બહાર આવી ગૅલેરીમાં ડોકાય છે. સુબંધુ દોશીને હળવા ગંભીર સ્મિતથી ઇજન આપે છે.

ડ્રૉઇંગરૂમમાં મયાશંકર આચાર્યની રૂક્ષ ચહેરા ને કદાવર દેહવાળી છબી આખા ખંડને ઢાંકી દેતી નજરને ખેંચે છે. સુબંધુ દોશી ક્ષણવાર એ છબીના પ્રભાવથી દબાય છે. ચારેબાજુ મયાશંકર આચાર્ય સિવાય અન્ય તત્ત્વોનું અસ્તિત્વ ભૂલી જાય છે. જાહ્નવિકાનો ખૂબ ક્ષીણ બની ગયેલો અવાજ જાણે એના કાન પર પડે છે.

'એમના સમયના મુંબઈના નામાંકિત ધારાશાસ્ત્રી, એમનો અવાજ અને એમનાં તર્કબળ યુવાન ધારાશાસ્ત્રીઓ માટે આદર્શ હતાં.'

જાણે કોઈ પહાડ નીચે ચગદાતી જાહ્નવિકાનો આ અવાજ છે. સુબંધુ આખી છબીને આંખમાંથી હડસેલી મૂકે છે અને હળવા સ્મિતથી જાહ્નવિકા આચાર્યનું રક્ષાકવચ બનીને જાણે ઊભો રહે છે. એક વૃદ્ધ પણ અતિ પ્રભાવશાળી ચહેરાવાળી સ્ત્રી ખંડમાં આવીને ઊભી રહે છે. સુબંધુની સામે વેધક નજરે નિહાળે છે. સુબંધુ એ સ્ત્રીને સ્મિતથી નમસ્તે કરે છે. જાહ્નવિકા પરિચય આપે છે.

'મારા જન્મ પહેલાંથી અહીં રહે છે, મારાં મા જેવાં છે.'

સુબંધુ દોશી પાછો પડી જાય છે. ફરી સ્મિતપૂર્વક પેલી સ્ત્રીને વંદન કરે છે, જાહ્નવિકાના ચહેરા સામે જુએ છે. પેલી સ્ત્રી આછો નમસ્તે કરવાનો પ્રયત્ન કરે છે. પછી એકદમ પાછી ફરી જાય છે અને દીવાનખાનામાંથી અદશ્ય થઈ જાય છે.

'હું તો એમને તમારાં બા સમજ્યો.'

'હું પંદરેક વર્ષની હતી ત્યારે જ મારાં બાનું મૃત્યુ થયું. હવે આ ઘરમાં અમે બે જ રહીએ છીએ.'

જાણે જાહ્નવિકાને મૌનનો કોઈ બોજો કચડી રહ્યો છે. સુબંધુને સોશિયલ વર્કર જાહ્નવિકા આ ઘરની અંદર જુદા સ્વરૂપમાં દેખાઈ.

'ક્યાં બેસીશું? અહીં કે મારા રીડિંગરૂમમાં?'

સુબંધુ વિશાળ દીવાનખાનામાં નજર ફેરવે છે. તોતિંગ છબીની બિલકુલ સામે જૂની સ્ટાઇલનો કેઇનસોફા ભીંત સાથે જડી દીધો હોય એમ પડ્યો છે. કોઈએ એના પરથી અણઘડ રીતે ધૂળ સાફ કરી હોય એમ દેખાતું હતું, અને ઘણાં વરસથી એના પર બેઠું તો કોઈ જ નહીં હોય એમ સ્પષ્ટ લાગ્યું.

'બૅઝ યુ પ્લીઝ.'

જાહ્નવિકા ડ્રોઇંગરૂમમાંથી નાસે છે. સુબંધુ દોશી ધીમે ડગલે વિચારમાં અટવાઈ ગયેલો પાછળ ચાલે છે. રીડિંગરૂમમાં સીસમનું મોટું ટેબલ અસ્તવ્યસ્ત પડેલાં પુસ્તકોથી ખડકાયેલું છે.

'આ ખંડમાં જ વિશેષ રહું છું બહુ નાનપણથી. મારાં બાનો પણ આ જ ખંડ હતો. મારું ઘર આ ખંડ છે.'

જાહ્નવિકા બેત્રણ ખુલ્લાં પુસ્તકો બંધ કરે છે. થોડાં પુસ્તકો નિષ્ફળ રીતે આમતેમ ગોઠવે છે.

'ગૃહિણીનું ઘર નથી લાગતું ને! મારું બસ એવું જ છે.'

'પેલી સ્ત્રી ગુજરાતી નથી લાગતી.'

'ના, મહારાષ્ટ્રિયન છે.'

જાહ્નવિકાના ઝડપથી બોલાયેલા નાના વાક્યની પાછળ ઘણાં વાક્યો મૌન બનીને ઊભેલા સુબંધુને દેખાય છે; પરંતુ પોતાની ઉત્સુકતાને તે પાછી વાળે છે; જાહ્નવિકા અંદરના ખંડમાં ચાલી જાય છે.

માહિમના સ્લમ્સમાં ગર્ભવતી સ્ત્રીને કેલ્શિયમની ટૅબ્લેટ્સ આપતી જાહ્નવિકા. શ્વેતવસ્ત્રધારી જાહ્નવિકા. જેમતેમ વીંટી મૂકી હોય એ રીતે અંગ પર લટકતી સાડી.

વૃદ્ધ સ્ત્રી પાણીનો ગ્લાસ લઈ ચમકતી દૃષ્ટિ સુબંધુ પર ફેંકતી ખંડમાં આવે છે. મૃદુ બોરીવલી પહોંચી ગઈ હશે, શા માટે અહીં આવ્યો છે સુબંધુ? સુબંધુ થોડું પાણી ગ્લાસમાંથી પીએ છે. પીઠ વાળીને ધીમે ચાલતી વૃદ્ધ સ્ત્રીને જુએ છે. સાઠ વર્ષની ઉંમરે પણ સુંદર લાગે છે આ સ્ત્રી. એની આંખોમાં, એના ચહેરાના મરોડમાં વ્યક્તિને આકર્ષી લે એવું શું છે?

જાહ્નવિકા આચાર્ય માહિમના સ્લમ્સમાં ફરે છે. ખભે બગલથેલો. બેત્રણ ગઠિયાઓની ઉઘાડમીંચ થતી આંખને પીઠ પાછળ ધકેલી સ્લમ્સના દાદા સાથે પાણીના નળ માટે વાત કરતી જાહ્નવિકા. શા માટે રખડે છે આ સ્ત્રી બધી હલકી પેદાશોમાં? મન સંતોષ અનુભવે છે એ મદદ તાકતી આંખો તરફ હાથ લંબાવીને. હાહાહા ખડખડ હસે છે સુબંધુ. ચોર શરાબી જુગારી જાહ્નવિકા મલકે છે. પીઠ પાછળ હું નથી જોતી માનવીના. મને ખબર છે, ત્યાં ડાકણનો વાસ છે. મને સામેથી દેખાતો માનવીનો પ્રથમ ચહેરો જોવામાં રસ છે. જાહ્નુનો હાથ પકડીને જાણે ચાલે છે સુબંધુ. ઓહ્! તું કેવી સુંદર છો જાહ્નુ. પણ સુબંધુ દોશી મશ્કરી કરે છે, જાહ્નવિકાની.

'અહીંથી આ આસોપાલવ જોવો ગમે છે, નહીં?'

સુબંધુ બારીમાંથી અંદર નજર ફેરવે છે.

હું તમારો સ્લમ્સમિત્ર છું જાહ્નવિકા. ચાલો આ ઘરની બહાર ચાલી નીકળીએ સ્લમ્સમાં.

'તમે બહુ જલદી કૉફી બનાવી લાવ્યાં?'

જાહ્નવિકા બે કપ ટેબલ પર મૂકે છે. ખુરસી પર બેસી કૉફી હલાવતાં બારીની બહાર પવનમાં ફરફરતાં નીલપીત આસોપાલવને નિહાળે છે.

'મને આ ઊંચો ને ઊંચો જારની જેમ ઉપર વધતો આસોપાલવ ખૂબ ગમે છે.'

'તમારા મકાનની અંદર રોપો ને.'

'મને આસોપાલવ સાથે નિસ્બત છે, મારા મકાનના આસોપાલવ સાથે નહીં.'

'જાનહ્નવિકા આચાર્ય પ્રોફેસર છે, મુંબઈની પ્રતિષ્ઠિત કૉલેજનાં પ્રોફેસર છે, એની વિસ્મૃતિ મને થઈ જાય છે.'

સુબંધુ ધીમેધીમે કૉફીના ઘૂંટડા ભરે છે. જયહિન્દ કૉલેજનો પહોળો દાદર. મિસ જાહ્નવિકા આચાર્ય ઊતરતાં સામે મળેલી. એ જ શ્વેતવસ્ત્રા જાહ્નવિકા. નમસ્તે કરી તે પોતાના પ્રોફેસરમિત્ર જોડે દાદર ઊતરી ગયેલો. બહાર રસ્તાઓ પર આવી અનેક ચહેરાઓની વચ્ચે લાંબા દાંતવાળો શ્યામ ચહેરો તરત એના ચિત્તમાંથી ખોવાઈ ગયેલો.

અત્યારે એવી જ અજ્ઞાત સ્ત્રી બનીને જાહ્નવિકા સામે બેઠી છે.

'આજે રસોઈ બનાવવાનું મેં માથે લીધું છે.'

સુબંધુનું સ્મિત.

'ઇન્ડિયા ટુડે'નાં પાનાં ઉથલાવે છે સુબંધુ. વચ્ચેવચ્ચે જાહ્નવિકા ડોકિયું કરે છે.

'બસ હવે વધારે એકલા બેસવું નહીં પડે.'

આકસ્મિક રીતે જ વધ્યો એમનો સંબંધ?

'કોઈ પુરુષની કંપની સ્લમ્સમાં હોય તો ખૂબ સરળતા રહે છે.' માહિમનાં સ્લમ્સમાં બેત્રણ વખત જાહ્નવિકા સાથે મુલાકાત અને પછી એ સંબંધ વધતો ગયો. અંધેરી-ચર્ચગેટ ૧૦.૦૫ની લોકલમાં અચૂક જાહ્નવિકા ફર્સ્ટક્લાસમાં હોય. સ્મિતની આપ-લે, નિયમિત એ ટ્રેન. એ ડબ્બો. એ સીટ. ભારે વરસાદ. દાદર ટી-સ્ટૉલ પર ગરમગરમ કૉફી. ટ્રેનની અનિયમિતતામાં એકાદ કલાક પ્લૅટફૉર્મ પર જાહ્નવિકા જોડે ગપ્પાં. 'તમને કૉફી બહુ ભાવે છે, દોશી.'

'તમારી તર્કબદ્ધ દલીલો જેવી જ', અને જાહ્નવિકા ત્યારે ખરેખર મુક્ત રીતે હસી પડેલી.

વૃદ્ધ સ્ત્રીને મારે હઠાવી દેવી જોઈએ. મારે જાહ્નવિકા આચાર્યના રસોડામાં પહોંચી જવું છે. આપણે ઇન્ફૉર્મલ બનીને વાતો કરીએ. તમે રસોઈ બનાવો. હું આ બેઠો ડાઇનિંગ ટેબલ પર. ડાઇનિંગ ટેબલ હશે જ. રસોડું પ્રકાશવાળું હશે. ખંડમાંથી ડાબી બાજુ બંને વળે છે. વચ્ચે બીજા ખંડ હશે? ચાલો આપણે ચાલી નીકળીએ જાહ્નવિકા સ્લમ્સમાં. બહાર જમીશું. રખડશું. ચાલો જાહ્નવિકા મને આ ગૃહભોજનમાં રસ નથી. પેલી વૃદ્ધ બાઈથી દૂરદૂર આપણે જઈએ.

બગાસાં. એક બગાસું, બીજું બગાસું. એ જ બહારથી આવતી ઠંડી હવા, હલમલતો સૂર્યપ્રકાશમાં ચળકતો આસોપાલવ. અત્યાર સુધી કાને ન પડેલો, પરંતુ હવે સતત સંભળાયા કરતો કબૂતરનો ઘૂઘૂવાટ. બે હાથ ઊંચા કરી સુબંધુનું ખુરસીમાં અમળાતું શરીર, બગાસું. પગ ખુરસીમાંથી લંબાઈ લંબાઈને પહોળા. 'ચાલો એવા સ્થળ મહીં વસે સૂર્ય જ્યાં સદૈવ' શાળામાં ખૂબ ગમતી કવિતાની પંક્તિ મનમાં ઊભરાઈ આવી.

તે ખુરસીમાંથી ઊભો થાય છે. વિશાળ દીવાનખાનામાં પ્રવેશ કરે છે. એ હવે જાણી ગયો છે, આ દીવાનખાનામાં એક તોતિંગ છબી છે. દીવાનખાનામાં પ્રવેશ કરનાર દરેક વ્યક્તિએ આ છબી સામે જોવું જ જોઈએ. સુબંધુ દોશી નિશ્ચયપૂર્વક છબીને ઠોકરે મારે છે.

આ ભીંત કેમ સમરાવતાં નથી તમે જાહ્નવિકા? આ ઘરને રંગ કરાવો. ઝળાંઝળાં બનાવો. આ કાળીકાળી ભીંતોની લીલ ફુગાયા કરે છે. તમે આ કાળી દીવાલોને ભૂંસી નાખો. એની કંપાઉન્ડવૉલ દુરસ્ત કરાવો. કોઈ પુરુષ નથી તો વાંધો નહીં. હું મદદ કરું તમને. પેલી સ્ત્રીની રજા લેવાની છે તમારે? કોણ છે એ સ્ત્રી આ ઘરમાં? એ મને તમારાથી જાણે દૂર હડસેલી મૂકે છે.

મૃદુ મારે કાલે તારા પિતાને ત્યાં જમવાનું છે. મારે એ બરોબર યાદ રાખવું જરૂરી છે, કારણ કે તું મારી પત્ની છે. હું કાલે હસીશ. ગપાટા મારીશ. પ્રશંસા કરીશ દરેક વસ્તુની. તારાં પપ્પા-મમ્મીને નથી ગમતી એ વસ્તુ પરત્વે અણગમો વ્યક્ત કરીશ.

'શું વિચારમાં છો સુબંધુ? કંટાળી ગયા, નહીં?'

સુબંધુ જાહ્નવિકાના શ્યામ રંગમાં પ્રસરવા મથે છે.

મારે શા માટે અંગત પ્રશ્ન પૂછવા જોઈએ? તમારા ઘરની પહેલી મુલાકાતે મારે ખૂબ ઔપચારિક રહેવું જોઈએ. એ જ યોગ્ય છે.

'કેમ કંઈ બોલતા નથી?'

'અહીંના મર્મરને ઝીલું છું. આ ઘરની મરમ્મત કેમ કરતાં નથી?'

'તમે પહેલી વખત જોયું એટલે એવો વિચાર આવ્યો. મારી આંખો તો આ ઘરના આવા સ્વરૂપથી ટેવાઈ ગઈ છે. દુરસ્ત કરવા જેવું શું છે? બધું સારું જ છે.'

'તમે જીવનના આનંદ પ્રત્યે ઉદાસીન કેમ છો?'

'સરસ ઘરમાં રહેવું, ફેશનેબલ દેખાવું એટલે જીવનનો આનંદ લૂંટવો એમ કહેવાય? આનંદ શેમાં છે?'

સુબંધુ પ્રત્યુત્તર ન આપતાં આસપાસનાં મકાનોને નિહાળે છે. પછી એકદમ જાહ્નવિકા તરફ નજર ફેરવે છે.

'મારું કહેવાનું તાત્પર્ય જુદું હતું, પણ હું સ્પષ્ટ નથી કરી શકતો.'

'એક મિનિટ. હું સહેજ અંદર જઈ આવું.'

'જરૂર. દોઢ કલાકમાં દસેક વખત આ વાક્ય બોલીને તમે ગયાં છો. એકલી સ્ત્રીએ અજાણ્યા પુરુષને આમંત્રણ જ આપવું ન જોઈએ. ''ચાલો, હું તમને મદદ કરું?'' એમ તો મારાથી તમને કહેવાય નહીં. જાઓ, જલદી. નહીંતર એકાદ બળેલી, અડધી બળેલી વાનગી સૉરી સૉરી બોલતાં થાળીમાં મૂકશો અને મારે ''કંઈ વાંધો નહીં કંઈ વાંધો નહીં.'' એમ બોલી ખાવી પડશે.'

જાહ્નવિકા સુબંધુનો હાથ પકડી હવામાં ઊડે છે. તોતિંગ છબીની કચ્ચરો ફરતી જાણે તરે છે. ખારાખારા જળમાં વહે છે. આસન સે મત ડોલ ડોલ ડોલ. સુબંધુ, હું ક્યાં છું?

સુબંધુ મારા મિત્ર છે. એમની પત્નીનું નામ મૃદાંગના છે. એ ખરેખર રૂપાળી પ્રેમાળ પત્ની છે. સુબંધુ એને ખૂબ ચાહે છે એ હું જાણું છું. એનો મને ઊંડો સંતોષ છે. હું આવા જ પુરુષમિત્રને ઝંખતી હતી. આ શ્યામ અનાકર્ષક દેહ પ્રત્યે એમને આકર્ષણ જન્મવાની કોઈ સંભાવના નથી. હું ખૂબ સલામત છું. એ હંમેશાં મારા મિત્ર રહેશે. મૃદાંગનાના પતિ રહેશે. મૃદાંગના મારા અને સુબંધુના પરિચયને જાણે છે. આજે મૃદાંગનાને લગ્નમાં જવાનું હતું નહીંતર

મૃદાંગના પણ આવી હોત સુબંધુ જોડે. હું સુબંધુને સહારે જીવી જઈશ, પિતા. મારી એકલતાનો મિત્ર મળી ગયો છે મને. મૈત્રી બદલ એ કંઈ નહીં માગે મારી પાસે. હું ઓળખી ગઈ છું સુબંધુને.

મોટા જૂના તોતિંગ ટેબલ પર સુબંધુ-જાહ્નવિકા સામસામે ગોઠવાયાં છે. વૃદ્ધ સ્ત્રી વચ્ચે બેઠી છે.

સુબંધુ જમવાની શરૂઆત કરે છે. એક કોળિયો, બીજો કોળિયો. કોળિયા પાછા પડે છે મોઢામાંથી.

'કેવી લાગી રસોઈ? આજે મેં બનાવી છે.'

'દંભ કરું કે સાચું કહું? ચાલો સાચું કહું.' આ સ્ત્રીને હાંકી કાઢો જાહ્નવિકા. એનો ચોકીપહેરો ઉઠાવી લો. ચાલો એવા સ્થળ મહીં–

'ખરેખર સ્વાદિષ્ટ રસોઈ છે.'

મને ખબર છે આ સ્ત્રીને તમે અહીંથી નહીં હઠાવો.

'અરે તમે તો થાળીમાં બધું પડતું મૂક્યું.'

'તમે પીરસ્યું વધારે પડતું. સૉરી. મને ખબર છે કે તમે ઘણી વખત આ દેશમાં અન્નનો બગાડ ખૂબ થાય છે એમ કહ્યું છે. પણ આજે તો માફ કરો. નહીં ખાઈ શકાય.'

'પણ તમે તો કંઈ ખાધું જ નથી!' જાહ્નવિકાના મુખ પર વિષાદ વિષાદ છે.

સુબંધુને મનમાં થઈ ગયું છે કે જાહ્નવિકાને બીજી દિશામાં વાળવી પડશે. તેને ખબર પડી ગઈ છે પોતાને રસોઈ નથી ભાવી.

અને રીડિંગરૂમમાં સુબંધુ દોશી જાહ્નવિકાને સ્લમ્સની વાતોમાં ઘસડે છે. સુબંધુ જાણી ગયો છે જાહ્નવિકાને વાતમાં કેમ ખેંચવી.

'હું તમારી વાત સાથે સંમત નથી, સુબંધુ.'

'કહો તો તામ્રપત્ર પર લખી આપું. આ દેશના દરેક શહેરમાં સ્લમ્સ વધશે – વધતા જ જશે. આખું શહેર સ્લમ બની જશે એક દિવસ. માનવજાતને ઉદ્યોગીકરણનું ફળ મળશે.

'શું ભવિષ્યવાણી છે તમારી! દેશના યુવાનો અને બૌદ્ધિકોને દેશ પર આટલો જ પ્રેમ?'

'પ્રેમ કરવાથી પરિસ્થિતિ ન બદલાય.'

'તમે નિરાશાવાદી છો. પરિસ્થિતિને યથાતથ સ્વીકારી લેવામાં પીછેહઠ છે. તમે એમ કહો છો કે મારે સ્લમ્સ વિસ્તારોમાં જવાનું મૂકી દેવું?'

'નહીં નહીં. જરૂર જાઓ. મદદ કરો. થાય એટલી મદદ કરો. હું પણ ક્યાં નથી આવતો તમારી સાથે? ગમ્મત આવે છે. પણ આ દેશમાંથી સ્લમ્સ નાબૂદ કરી શકાશે, એવાતેવા ભ્રમમાં ફરતાં હો તો ન ફરશો.'

'મને માનવીનાં સદ્તત્ત્વોમાં શ્રદ્ધા છે.'

'ઘણી વખત સાંભળ્યું છે આ પવિત્ર વાક્ય તમારે મુખેથી.'

'તમે મજાક કરી મારી માન્યતા નહીં બદલી શકો. મને ઉશ્કેરી પણ નહીં શકો. મને ઉશ્કેરવામાં તમને શું મજા આવે છે?'

'ગમ્મત. વ્યક્તિ અકળાય ત્યારે કેવી દેખાય એ જોવાનો એક રોમાંચ છે.'

'બોલો, હવે આમ ગપ્પાં મારવાં છે, આરામ કરવો છે કે પછી ચેસ રમવી છે?'

'ઓહો, ત્યારે ગરીબોનાં હમદર્દ જાહ્નવિકા આચાર્ય ચેસ પણ રમે છે! તમને તો નવકૂકી, સોગઠાંબાજી, એવી ગરીબોની, સામાન્ય માણસોની રમતમાં રસ હોવો જોઈએ. આમજનતામાં ભળવું હોય તો આમઆદમી બનવું પડે. આપણા રાજકારણીઓ જુઓ. કેવા સાચ્ચાસાચ્ચા આમઆદમી છે! આવી વિશિષ્ટ વર્ગ માટેની રમતમાં તમને રસ હોય તે ન ચાલે. બુદ્ધિ પણ આમ-આદમીની, કામ પણ આમઆદમી જેવું. આમઆદમી ઝિંદાબાદ. બૌદ્ધિકો આમઆદમી બનો.'

'તમે સિનિક છો. મને સિનિસિઝમ પસંદ નથી.'

'તેથી શું?'

'એ આત્માનો હ્રાસ કરનારી પ્રવૃત્તિ છે.'

'સિનિસિઝમ એટલે શું તે ખબર છે?'

'મારે નથી જાણવું. હું પૂછું છું ચેસ રમવી છે?'

'યજમાનને હારવું પડે અને તે પણ સ્ત્રીયજમાનને, એ મારી રગોમાં ઊભરાતા ભારતીય સંસ્કૃતિના લોહીને બિલકુલ અનુચિત છે.'

એક ગેઇમ અડધો કલાકમાં સુબંધુના ખડખડ હાસ્ય વચ્ચે પૂરી થઈ.

'અડધો કલાક સુધી તમે રમત ખેંચી એ બદલ અભિનંદન. મૃદુ સાથે પંદર મિનિટથી વધારે ગેઇમ ગમે તેટલી ભૂલ કરું તોય નથી ચાલતી.'

જાહ્નવિકાનું અનુત્તર સ્મિત.

બીજી રમત દોઢ કલાકે ડ્રો થઈ.

સુબંધુની આંખોમાં સ્પર્ધાનો અશ્વ હણહણી ઊઠે છે, આંખો તેજસ્વી બને છે.

જાહ્નવિકાનું એ જ અનુત્તરિત સૌમ્ય સ્મિત.

ત્રીજી રમત, એક કલાકમાં. સુબંધુ પરાજય સ્વીકારી લે છે.

જાહ્નવિકાને બાહુઓમાં જકડી જાણે સુબંધુ ચૂમી લે છે.

ઓહ, કેવી સુંદર છે તું જાહ્નુ.

આમ્રકુંજોમાંથી સરતો તપ્ત કોયલસૂર સ્નિગ્ધશીતળ બની ચોપાસ વહે છે.

પાંચ વાગ્યે સુબંધુ જાહ્નવિકા આચાર્યને એની ઇચ્છા વિરુદ્ધ જૂહુ ખેંચી જાય છે.

'અઠવાડિયામાં એક દિવસ તો નિરુદ્દેશે જીવવું જોઈએ.'

'નિરુદ્દેશે જીવવામાં શું આનંદ!'

'સાહિત્ય વાંચવાનો શોખ કેળવો તમે. નિરુદ્દેશના આનંદ જેવો મહાઆનંદ બીજો એકે નથી.'

ઢળતા સૂર્યપ્રકાશમાં ઝગમગતો તરંગિત જળરાશિ. ફૂટબૉલ ઉછાળે છે સુબંધુ. દોડે છે દોડે છે સુબંધુ. કૉન-આઇસક્રીમ ખાય છે સુબંધુ. નારિયેળપાણી પીએ છે સુબંધુ. જાહ્નવિકા બેઠી છે. સુબંધુ બેઠો છે. રેતીમાં આકૃતિઓ દોરે છે. જાહ્નવિકાની આંખોમાં ભેજમાં ઠરેલી રેતી છે. ચારેબાજુથી પિતાનો તોતિંગ ચહેરો હલ્લો કરે છે.

હું અહીં બેઠી છું પિતા. બસ અમસ્તી ફરવા આવી છું. આ મારા મિત્ર છે. મને સ્લમ્સ વિસ્તારમાં ફરવામાં ખૂબ મદદ કરે છે. પરણેલા છે. સુખી છે. ખાટાખાટા ઓડકાર આવે છે જાહ્નવિકા આચાર્યને.

બાજુમાં બેઠેલી જાહ્નવિકાનું સુબંધુ નિરીક્ષણ કરે છે. આછા વાળનો ચોટલો. મોટું ચાંલ્લા વગરનું કપાળ. હથેળી પાસે લાલ બની જતા હસ્ત.

જાહ્નવિકાના મસ્તક પરથી ચાલે છે વૃદ્ધ સ્ત્રી. આ સ્ત્રીના કામણથી અંધ ઓ પિતા! શું નહોતું મારી માતા પાસે? પ્રેમ હતો, બુદ્ધિ હતી; નિર્દોષતા હતી, એકલીનતા હતી.

પુરુષ માગે છે રૂપ. પુરુષ માગે છે સેક્સ. આ બેની ઊણપથી સ્ત્રી સ્ત્રી નથી રહેતી બેટા. સ્ત્રીએ ધરી દેવાનાં છે એ પુરુષને ચરણે. તો પુરુષ પ્રસન્ન. તો પુરુષ પરવશ.

પિતાનો ખડખડ હસતો ચહેરો. માતાનો એ સદાય એકલવાયો રહેલો ખંડ. માતા નોકરડી હતી. માતા નિરાધાર હતી. માતા સ્વમાનવિહોણી હતી.

તમે આમ ગંભીર ન બેસો જાહ્નવિકા. આપણે ખૂબ ખૂબ હાંફી જઈએ એટલું દોડીએ. ખડખડ હસીને બેવડ વળીએ. લાંબાં થઈને રેતીમાં આળોટીએ. આઇસક્રીમ ભેળ-મલાઈ ખાઈએ. હું બહારનું ખાતી નથી. મને વખતોવખત ખાવાની ટેવ નથી. મને દોડતાં આવડતું નથી. મને હસતાં આવડતું નથી. નથી સાંભળવી એવી બધી વાતો. તમે ચાલો મારી સાથે જાહ્નવિકા. મારી ખૂબ નજીક આવો. મારા સ્પર્શમાં સંજીવની છે. સ્પર્શથી માનવી માનવીમાં પ્રવેશ કરી શકે છે.

ઓહ! મારા હાથને સ્પર્શવાની ચેષ્ટા શા માટે સુબંધુ? શા માટે અહીં આવ્યા છો તમે મારી સાથે? શું જોઈએ છે તમને મારી પાસેથી? માતા તું સાચી પડવાની? પુરુષ બધા આખરે સ્ત્રીના સ્પર્શને જ ઝંખે છે! શેની ઊણપ છે સુબંધુ તમને? મૃદાંગના તમને બધું જ બધું જ આપે છે. તો આ ચેષ્ટા શા માટે સુબંધુ? મારે એક મિત્ર– પુરુષમિત્ર – ભૂખ્યો થઈને ન આવે મારી પાસે એવો – બસ એવો જોઈએ છે એક મિત્ર.

સુબંધુ ધીમેથી હાથને સેરવતી જાહ્નવિકાનો હાથ દૃઢ રીતે દબાવે છે.

ચારેબાજુથી છરા લઈ દોડતા માણસો, ગુહ્યઅંગને છેદતા માણસો, સમુદ્રના ડહોળા ઊષર જળનો સ્પર્શ.

'સમુદ્રમાં આપણે પગ બોળીએ.'

જાહ્નવિકા ઝડપથી ઊભી થઈ જાય છે. પછડાયેલો સુબંધુ પોતાની ગુલાબી મસૃણ હથેળી વિસ્તારે છે, સંકોચે છે. જાહ્નવિકા ઉતાવળે ચાલે છે. તાકે છે દૂર ક્ષિતિજે પથરાતા જળરાશિને. સુબંધુ પાછળ ઘસડાય છે.

'તમે મૃદાંગનાના પતિ છો, સુબંધુ.' સમુદ્રના જળમાં અથડાતાં મોજાંમાં

પગ બોળીને ઊભેલી જાહ્નવિકાના ચહેરા પર માર્દવથી ભરેલું સ્મિત છે. એની આસપાસ રક્તિમ સમુદ્ર ધીમેધીમે કાળો બની પથરાય છે.

સુબંધુની સ્થિર આંખોમાં પછડાટનો અવસાદ છે. તે લાતો મારે છે. ઝાડ ઉથલાવે છે. બે શિલાઓ સામસામી અથડાવે છે.

'નાળિયેર પાની' બોલતો એક માણસ ત્યાંથી પસાર થાય છે. એક નારિયેળ, બે નારિયેળ, ત્રણ નારિયેળ સુબંધુ દોશી પીતો જાય છે. જાહ્નવિકાના મુખ પર ગંભીર સ્મિત છે.

'મને લાગે છે જૂહુ આવીને આપણે ભૂલ કરી.'

સુબંધુ સાવ કાળા ને કાળા બનતા સમુદ્રને જુએ છે.

જૂહુ-સાંતાક્રુઝ આસ્ફાલ્ટ રોડ પર અવાજહીન ગતિએ હવાને વીંધતી ટૅક્સીમાં ઘણા જોજન જાણે સુબંધુ આગળ ધસી જાય છે. પ્રચંડ વેગથી અવકાશને અથડાતો હવાના ઘર્ષણથી ભડકો થઈ રાખ બને છે.

જાહ્નવિકા સુબંધુને ખભે હાથ મૂકે છે, ખૂબ સહજ, ખૂબ સરળ.

'બહુ વ્યગ્ર તમે બની ગયા, સુબંધુ?'

કોઈ પ્રત્યુત્તર નથી આપતો સુબંધુ.

'ઘરમાં નહીં આવો, સુબંધુ?' પ, એવન્યૂ પાસે ઊભેલી ટૅક્સીમાંથી ઊતરતાં જાહ્નવિકા બોલે છે. ધડાક બારણું બંધ. મૌન સુબંધુને ઉપાડી ટૅક્સી માહિમ તરફ આગળ સરકે છે.

ઘરમાં શૂન્યસ્થિત જાહ્નવિકા પ્રવેશ કરે છે. ઈઝીચૅર પર પીઠ અઢેલીને બેસે છે. વિશાળ મકાનની નીરવતાને એક માનવીના આજે થયેલા પ્રવેશનો સ્પર્શ છે. હૅન્ડલ પર ટેકવેલા નસો ઊપસી આવેલા કૃશ હાથને કોણીમાંથી ઊંચો કરી જાહ્નવિકા જુએ છે. આજે કેવું લાગે છે આ ઘર?

તમે મૃદાંગનાના પતિ છો, સુબંધુ, તમે મૃદાંગનાના પતિ.

૩

શાન્તિપ્રસાદ ભટ્ટ હંમેશ ઑફિસમાં નિયમિત આવે છે. આજે પણ નિયમિત આવી ગયા; પરંતુ હંમેશની જેમ પોતાની નાનકડી ગરદન કેબિનમાં પ્રવેશતાં પહેલાં ચારેબાજુ ધીમેધીમે હલાવી બધાને સ્મિતપૂર્વક અભિવાદન કર્યું નહીં, ‘હેલો હેલો, ગુડ મૉર્નિંગ ગુડ મૉર્નિંગ ટુ એવરીબડી’ એમ શબ્દો ઝડપથી ચાલતાં ઉચ્ચાર્યા નહીં. એકદમ ખુરસી પર આવી બેસી ગયા. ટેબલ પર મૂકેલા ગ્લાસમાંથી પાણી ઝડપથી ગટગટાવ્યું. દરરોજની જેમ કેબિનમાં આવી પહેલા શંકરની છબી પાસે બે હાથ જોડી માથું નમાવવાનું પણ એમના ધ્યાનમાં રહ્યું નહીં. પાણી પી એમનું માથું ખુરસીની બૅક પર અનાયાસ ઢળી ગયું. આવી મુદ્રામાં કેબિનમાં બેઠેલા શાન્તિપ્રસાદને ભાગ્યે જ કોઈએ જોયા હશે.

આજે પથારીમાંથી સવારે ઊઠ્યા ત્યારે જ શાન્તિપ્રસાદ સહેજ બેચેની અનુભવતા હતા. એમાં સવારથી જ સવિતાએ નિરંજનનાં લગ્ન બાબતમાં ઝઘડો શરૂ કર્યો, એટલે શાન્તિપ્રસાદની બેચેની વિશેષ વધી. આમ તો શાન્તિપ્રસાદે શરીરને ખૂબ સાચવ્યું છે. હૃદયરોગ, ડાયાબિટીસ, બી.પી. એવીએવી લોકોની

ફરિયાદો સાંભળી શાન્તિપ્રસાદ કાયમ હસે છે, 'એ શહેરના રોગ. ભલે રહીએ અમે શહેરમાં, પણ અમારો જીવ તો ગામડાનો જ. અમને એ ન અડકે.' આજેય સવારે સવિતાએ નાકનો મોગરો ચડાવ્યો એટલે હંમેશની માફક શાન્તિપ્રસાદે પોતાનું આછું સ્મિત ચહેરા પર બિછાવી દીધું. નવ ને પાંચે ઘરની બહાર પગ મૂક્યો ત્યાં સુધી ભાગ્યે જ બે-ત્રણ વાક્યો તે બોલ્યા હશે. ઝઘડો થાય ત્યારે શાન્તિપ્રસાદના ઘરમાં પત્નીનો વ્યવહાર એકપક્ષી જ રહેતો. આજે પણ એમ જ બન્યું. ટ્રેનની એક કલાકની મુસાફરીમાં શાન્તિપ્રસાદ પાછા સ્વસ્થ બની ગયા. વળી પાંચમે માળે આવેલી ઑફિસમાં પહોંચવા લિફ્ટમાં પ્રવેશ્યા ને લિફ્ટ ઉપર ચડતી ગઈ તેમ શાન્તિપ્રસાદનું માથું ઘૂમવા માંડ્યું.

પાંચેક મિનિટ તેઓ એમના એમ કેબિનમાં બેસી રહે છે. પછી ટેબલ પર નજર ફેરવે છે. બહાર ઑફિસનાં ટેબલો પરથી આવતો ગણગણાટ કાનને કર્કશ લાગે છે. અવાજ કંઈ વિશેષ નથી. આ ગણગણાટથી તો શાન્તિપ્રસાદ પૂરેપૂરા ટેવાઈ ગયા છે. વર્ષોથી આ પ્રમાણે જ તેઓ કામ કરતા આવ્યા છે, પરંતુ આજે આ ગણગણાટ પણ ખૂબ મોટો ઘોંઘાટ હોય એમ લાગ્યું.

ડિસેમ્બર-જાન્યુઆરી ફેન ઇન્ડસ્ટ્રીઝમાં સુસ્તીના મહિના હોય છે અને એમાં સેલ્સવિભાગમાં ખાસ. એક વાગ્યા સુધી ધીમેધીમે શાન્તિપ્રસાદ કામ પતાવે છે. ક્યારેક વચ્ચેવચ્ચે કંઈક લખતાં સહી કરતાં હાથ ધ્રૂજે છે, માથું ભમી ઊઠે છે ત્યારે વળી પાછું તેમનું માથું ખુરસીની બૅક પર ઢળી જાય છે.

બપોરે ત્રણેક વાગ્યે મિ. દેસાઈ, આસિસ્ટન્ટ પર્સોનલ મૅનેજર મિ. ભટ્ટની કેબિનમાં પ્રવેશ કરે છે. મિ. દેસાઈ – ઉંમર બત્રીસતેત્રીસ હશે, નવસારીનો અનાવિલ બ્રાહ્મણ છે. ત્રણ પેઢીથી મુંબઈમાં જ રહે છે. નવસારી બાજુના ગામમાં ચીકુ-કેરીની વાડીઓ છે. પૈસેટકે સુખી છે. વર્ણ ગૌર છે, નાક લાંબું છે અને આંખો નાની છે. આંખો પરની પાંપણ સતત ફફડ્યા કરે છે. ઊંચાઈ પાંચ ફૂટ આઠ ઇંચ. દસ વર્ષથી ક્લેયમેન્ટ ઍન્ડ કંપનીમાં હશે. હાયર ઑફિસરનો માનીતો છે એમ બધા કહે છે. મિ. ભટ્ટ મોં ઊંચું કરી સ્મિત કરે છે, 'એક મિનિટ. આ લેટર પર સહી કરી લઉં.'

ભટ્ટભાઈ બેઠા છે. કંપનીના વફાદાર નોકર બેઠા છે. કેવી ગોળમટોળ ટાલ એમની! કપાળે મોટો ચાંલ્લો. આંખો હસતી. ગાલ મરકતા. આ અમારા ભટ્ટભાઈ અણીશુદ્ધ પ્રમાણિક.

'સેલ્સ ડિપાર્ટમેન્ટની બોલબાલા છે આજકાલ. ક્લેયમેન્ટ ઍન્ડ કંપની અમેરિકન કંપની બની જવાની, ભટ્ટભાઈ. વર્ક, વર્ક ઍન્ડ વર્ક, નો ટૉક, શું વખાણ સાંભળ્યા, શું વખાણ સાંભળ્યા તમારા નવા સાહેબનાં હમણાં ફોન પર! આપણા તો કાનમાંથી લોહી નીકળી આવ્યું, ભાઈસાબ.'

'હોય ભાઈ, હોશિયારીની કદર તો થવી જોઈએ ને!

'સાચી વાત છે. કદર થવી જ જોઈએ, થવી જ જોઈએ. આ કંપનીમાં એક જ હોશિયાર માણસ છે. બઢતી મળે તો એને મળે. આપણે ક્યાં કામ કરીએ છીએ?'

મિ. ભટ્ટની આંખો ઝાંખી ને આતુર બની જાય છે.

'આસપાસ નજર કરો, ભટ્ટભાઈ, નજર કરો. દુનિયા બદલાઈ ગઈ છે. ભોળાભટ્ટ થઈને બેસી રહેશો તો તમારા દોશી ડે. સેલ્સ મૅનેજર બની જવાના. કહ્યું તમને.'

'પોસ્ટ મંજૂર થઈ?'

'થઈ અને તમારા દોશીને ડેપ્યુટી બનાવવાનાં ચક્રો પણ ગતિમાન થઈ ગયાં.'

'આનંદની વાત, ભાઈ. પ્રારબ્ધ બળવાન છે.'

મિ. ભટ્ટને ચારેબાજુ અંધકાર વ્યાપતો દેખાયો. આટલો બધો અંધકાર કેમ છે અહીં? સવિતા, દોશી, દેસાઈ પરિચિત-અપરિચિત બધાં એમાં લુપ્ત થઈ ગયાં. હવે કોઈ પરિચિત નથી, અપરિચિત નથી. હવે કોઈ દુશ્મન નથી, કોઈ મિત્ર નથી. કોઈ હરીફ નથી, કોઈ હિતસ્વી નથી. ચારે તરફ અંધકાર. કાળોકાળો અંધકાર. સહુને મિટાવી દેતો અંધકાર.

લાતો મારે છે, ઠૂંસાવે છે, દાંત ભીંસે છે સવલી પર શાન્તિપ્રસાદ ભટ્ટ. મેં-મેં મારી નાખ્યા એમને સવલી મોટેથી રડે છે એક દિવસ એક દિવસ...

મિ. ભટ્ટ આંખો ઉઘાડે છે ત્યારે ટેબલ પર સૂતા છે. કાળા કાળા આકારો ચોપાસ ઘેરીને ઊભા છે. તેમની ચકળવકળ આંખો ફરે છે બધે. ટેબલ પરના પેપરવેઇટ હવામાં ગોળ ઘૂમે છે.

'હજી આંખો દબાવી રાખો, દબાવી રાખો.' કોઈનો અસ્પષ્ટ અવાજ કાને પડે છે.

મિ. ભટ્ટ ઘડિયાળમાં પડેલો એક ટકોરો સાંભળે છે. પછી આસપાસ થતી ગુસપુસ, કૅબિનના ફ્લેપડૉરની ઉઘાડબંધ બધું ખૂબ સ્પષ્ટ સાંભળે છે. આંખો પર દબાયેલા રૂમાલમાંથી પ્રસરતી સુગંધ નાકમાં પ્રવેશે છે. તરત આછો ઝાટકો મારી આંખ પર દબાયેલો રૂમાલ તેઓ ખસેડી નાખે છે, અને ટેબલ પરથી ઊતરી ખુરસીમાં બેસે છે.

થોડી વારમાં મિ. ભટ્ટ પૂર્વવત્ સ્વસ્થ બની જાય છે. ટૅક્નિકલ ડિરેક્ટર અગ્રવાલ, જનરલ મૅનેજર ચોકસી ફોન પર સમાચાર પૂછે છે, સલાહ આપે છે, બેત્રણ સારા ડૉક્ટરનાં નામ સૂચવે છે, રજા લેવાનું કહે છે. 'ઓહ થૅંક્સ, સર.' મિ. ભટ્ટ પ્રત્યુત્તર વાળે છે.

હંમેશ સાંજે સાત-સાડાસાતે ઘરે પહોંચનાર શાન્તિપ્રસાદ આજે પાંચ વાગ્યે કાંદિવલી વેસ્ટમાં ઘોડબંદર રોડ પર 'જ્યોતિ એપાર્ટમેન્ટ્સ'ને બીજે માળે બ્લૉક નં. ૧૨નો ડૉરબેલ વગાડે છે.

મિ. ભટ્ટની વિદાય પછી ક્લેયમેન્ટ ઍન્ડ કંપનીના સેલ્સ વિભાગનું કામકાજ લગભગ સ્થગિત થઈ જાય છે. આખી ઑફિસમાં છૂપો સળવળાટ છે. એક ટેબલ પરથી બીજા ટેબલ પર અને પછી ત્યાંથી ત્રીજા ટેબલ પર એક વાત વહેતી થઈ જાય છે, કંપની મિ. દોશીને ડેપ્યુટી સેલ્સ મૅનેજર બનાવવાની છે.

દેસાઈની કૅબિનમાંથી બહાર આવેલો સેલ્સ વિભાગનો સિનિયર ક્લાર્ક પેસ્તનજી સેક્શનલ હેડ પિંગેના ટેબલ પાસે નીચો નમીને કંઈક વાત કરે છે. સામેના ટેબલ પર બેઠેલો કુલકર્ણી, પિંગે અને પેસ્તનજીને વાત કરતા જુએ છે. અને પોતાની ફાઇલમાં મોઢું રાખી બંનેની વાત સાંભળવાની કોશિશ કરે છે.

મિ. પિંગે – ઉંમર લગભગ ચાળીસ. સાવ સૂકો. મોં પરની ચામડી પર અકાળે કરચલી. માથા પર આછા સફેદ વાળ. શરીર પર મેલાં શર્ટ-પૅન્ટ. દાઢી પર બે દિવસના ઊગી આવેલા કાળા ભૂખરા વાળ. પેસ્તનજીની વાત સાંભળી એની નિસ્તેજ આંખોમાં ચમક આવી ગઈ.

'આઈ લા રે. ભટ્ટના શું થશે?'

'આ કંપનીમાં જસ્ટિસ જેવું કાંઈ નથી, રે કાંઈ નથી, ભાઈ.' અને પછી પેસ્તનજીનો અવાજ સહેજ મોટો થાય છે,

'ચાલ રે, ચાલ રે, ભાઈ. કેન્ટીનમાં ચા પીએ. કારકુને સાલો ચા પીવાનો ને ઑફિસરે ચા પીવાનો. આપણે સેકન્ડ ક્લાસમાં મુસાફરી કરીએ તો એ ફર્સ્ટ

ક્લાસમાં ભલે મુસાફરી કરતો, પણ ટિચાવાનો તો એય દીકરો સાત કલાક આપણી જેમ જ ને! આપણે સાથે બેસીએ તો એ કેબિનમાં બેસે, પણ બેસવાનો તો એય દીકરો આ પથ્થરના મકાનમાં જ ને! જહાન્નમમાં ગયું પ્રમોશન.'

સેલ્સ મૅનેજર કિશોરીલાલ ગુપ્તાની કેબિનનો પંખો ધીમેધીમે ફરે છે. ગમે તે ઋતુ હોય મિ. ગુપ્તાની કેબિનના પંખાની આ ગતિમાં ઝાઝી વધઘટ નથી થતી. મિ. ગુપ્તા ફોન પર દેસાઈ જોડે વાત કરે છે. અત્યારે એમનો અવાજ પ્રમાણસર છે.

'હા ભાઈ, વાત તો સાચી છે. કંપનીના સેલ ઇમ્પ્રૂવ થયા છે. હાં? દોશી તો માને સેલ એમણે ઇમ્પ્રૂવ કર્યા છે, બહુ ચાલાક માણસ છે, હું એને ઓળખું છું. કાયમ સફેદ દાંત બહાર કાઢી હસ્યા કરે છે, પણ અમને આદમી ઓળખતાં આવડે છે, કોણ કેટલા હોશિયાર છે, કેટલા ખુશામતિયા છે? અમને બધી ખબર પડે છે.'

મિ. દેસાઈની કેબિનનો પંખો ઝડપથી ફરે છે. ડિસેમ્બર મહિનો છે તો શું થયું? ક્લેયમેન્ટ ઍન્ડ કંપનીની છત કેટલી નીચી છે! યુવાન માણસને તો ગૂંગળામણ જ થાય એવી કેબિનો છે. એટલે પંખો ઝડપથી જ ચાલે. મિ. દેસાઈ રિસીવર નીચે મૂકી આંગળી પર પહેરેલી વીંટી ટેબલના કાચ પર ઠપકારે છે. ઝડપથી બે છોકરા મેદાનના ટ્રેક પર દોડે છે. પોતાની બાજુના ટ્રેક પર દોડતા છોકરાને આગળ નીકળતો જોઈ પાછળ રહેલો છોકરો એને ટાંગ મારી પાડી નાખે છે અને શિસ્તથી આગળ દોડી જાય છે.

મિ. દેસાઈ કિશોર વયે ગોઠણ પર પડેલા એ ડાઘ પર હાથ ફેરવે છે.

શાન્તિપ્રસાદ ભટ્ટના કપાળ પર સવિતાનો મજબૂત હાથ ખોડાયેલો છે. એમની મીંચાયેલી આંખોનાં પોપચાંની ધાર પર પાણીનાં બિંદુ બાઝેલાં છે. ડૉ. શિનોય ઇન્જેક્શન આપે છે અને પૂછે છે :

'કોઈ ચિંતા છે, મિ. ભટ્ટ?'

'એમને શેની ચિંતા ડૉક્ટર? છોકરો એન્જિનિયરિંગમાં ભણે છે. એકનો એક છે. કાલ સવારે પરણશે. આવું મજાનું ઘર છે. સારી સુખની નોકરી છે. એમને શાની ચિંતા?'

'આરામ કરો. ભગવાનનું નામ લો. ચિંતા છોડી દો.'

'એમ જ કરું છું.'

ખરેખર પાંચેક વર્ષથી શાન્તિપ્રસાદ ઈશ્વરસ્તવન, કથાશ્રવણ તરફ વળી જ ગયા છે. રોજ સવારે ગીતાપાઠ, ટ્રેનમાં માળા, રજાના દિવસે તક આવે એટલે ડોંગરેમહારાજ, મોરારિબાપુની કથાઓનું શ્રવણ.

મુંબઈ યુનિવર્સિટીના કૉમર્સ ગ્રેજ્યુએટ શાન્તિપ્રસાદ ભટ્ટ ત્રેવીસ વર્ષે પોતાથી એક મૂઠ ઊંચી પાંચ ધોરણ ભણેલી બાપાએ શોધી આપેલી સવિતાને સંમતિની મહોર મારી પરણી લાવેલા એમના વતનના બાજુના એક ગામમાંથી. સવિતાનો વાન આમ ઘઉંવર્ણો, પણ મોંનો ઘાટ આંખને ગમી જાય એવો. ખુશમિજાજ હોય ત્યારે સવિતાની આંખના ઉલાળા, ચહેરાની વિવિધ ભંગિઓ, શાન્તિપ્રસાદને ભીનાભીના કરી મૂકતાં. લગ્ન થયાં ત્યારે તો સવિને જોઈ એમના રોમેરોમમાં ગલીપચી થતી. સવિના દેહના કણેકણને સંભોગી નાખવા એમનું મન કુદાકડા મારતું. સવલીના વક્ષઃસ્થળ પર ધાવણા બાળકની જેમ તેઓ ફરી વળતા.

ક્લેયમેન્ટ કંપનીમાં શાન્તિપ્રસાદને પોણાબસ્સો રૂપિયાના પગારથી નોકરી મળી એ સુખદ દાંપત્યજીવનની પરાકાષ્ઠા હતી. સવિના પગલે એના જ રૂડા પ્રતાપે ભાડેની જગ્યા લઈ રંગબહાર જિંદગી શાન્તિપ્રસાદ શરૂ કરે છે.

કૉલેજમાં શાન્તિપ્રસાદ મધ્યમ કક્ષાના શાન્ત વિદ્યાર્થી. પોદાર કૉલેજમાં ચાર વર્ષ અભ્યાસ કરી આ વિદ્યાર્થી પસાર થઈ ગયો એની પ્રિન્સિપાલને, કોઈ અધ્યાપકને, કોઈ કર્મચારી કે પ્યૂનનેય ખબર નથી; પરંતુ શાન્તિપ્રસાદે એ કૉલેજમાં નિયમિત હાજરી આપી અભ્યાસ કરેલો એ હકીકત છે. સિનેમા જોવાનો, હોટલમાં નાસ્તાપાણીનો, ગમે ત્યાં હરવાફરવાનો એવાએવા શોખ કૉલેજમાં શાન્તિપ્રસાદને ઝાઝા નહીં, પરંતુ સવિતા સાથેનાં લગ્ન પછી તેઓ સાવ બદલાઈ ગયા. અઠવાડિયે એકબે સિનેમા, ચોપાટી, પાલવા, હોટલ, ભેળપૂરી, પાણીપૂરી. શાન્તિપ્રસાદ સવિના શોખ પૂરવા ખડેપગે થઈ રહેલા.

સવિ ધીમી ચાલે ઘરમાં ચાલે છે. મને આજે ચોપાટી લઈ જાઓ. સ્ટીમલૉંચમાં બેસાડો. પેલું નારિયેળનું પાણી મને બહુ ભાવે છે. મને આંગળી પર વીંટી બહુ ગમે. મારી બહેનપણીના જેવી સોનાની પિન માથામાં નાખવાની કરાવવી છે. તીખુંતીખું સ્વાદિષ્ટ ખાવાનું. બટાકાની સૂકી ભાજી રસોઇયાને ભુલાવે

એવી. ઘીમાં તરબોળ ફૂણી રોટલી ધીમેથી સવિ થાળીમાં મૂકે છે. વખતોવખત શાન્તિપ્રસાદ સમોસા-પેટીસ બહારથી લઈ આવે. ટૉમેટોસૉસની મોંઘીમોંઘી બૉટલ સવિને આશ્ચર્યમાં ડુબાડી દેવા ખરીદી લાવે.

આવાં પાંચ વરસ શાન્તિપ્રસાદે સવિતાને સુખપૂર્વક સંભોગી. પણ પછી ધીમેધીમે તખતો પલટાવા માંડ્યો. ભરચક વક્ષઃસ્થળ પર ફરતા શાન્તિપ્રસાદના હાથને હવે સવિતા ઘણી વાર ખસેડી નાખે છે. પડખું ફેરવી લે છે. પોતાનું ધાર્યું ન થાય એટલે રસોડામાં વાસણ ખખડાવે છે. નાકનો મોગરો ચડાવે. ખાધાપીધા વગર ઓઢી સૂઈ જાય. જરાક બોલાવવા જતાં તણખી ઊઠે. વાળ ઓળે નહીં, નહાય નહીં, કપડાં બદલે નહીં અને એમ સવિતા આગળ ને આગળ વધતી ગઈ. હવે તો જોરથી હલ્લો કરતી હોય એમ ધસી આવે છે. દાંત ભીંસે છે. આંખો કકળાવે છે. ઘાંટો ફાડી નાખતી હોય એમ બોલે છે. સવિતાના આ રૂપને જોઈ શાન્તિપ્રસાદ પીછેહઠ કરતા ગયા છે. બસ ત્યારથી શાન્તિપ્રસાદે સવિતાને સંભોગવાનું છોડી દીધું છે અને સવિતાએ શાન્તિપ્રસાદને સંભોગવાનું શરૂ કરી દીધું છે. બાળપણમાં સવિતાને જેમણે જોઈ છે તે સ્વપ્નેય કહી ન શકે કે વીસ વર્ષના દાંપત્યજીવન દરમિયાન સવિતાની ભીતર છુપાઈ રહેલું આ સ્વરૂપ બહાર આવવાનું છે.

તમને દયા આવે છે શાન્તિપ્રસાદની સજ્જનો! બિચારા શાન્તિપ્રસાદ ! ચાલો, હું પણ દયા ખાઉં તમારી સાથે. પણ આપણે દયા ખાઈએ એમાં શાન્તિપ્રસાદનું શું દળદર ફીટવાનું ભલા! શાન્તિપ્રસાદે તો એમનો માર્ગ કરી લીધો છે, સવિતાના નાકનો મોગરો ચડે અને શાન્તિપ્રસાદ સ્મિત કરે. એ સ્મિત પર લટકીને જેટલું ટકી શકાય તેટલું શાન્તિપ્રસાદ ટકી રહે છે. પછી કથાશ્રવણ કરે. ફિલસૂફી હાંકે. અને એમ સવિતા સામે મરણિયા બની શાન્તિપ્રસાદ ટક્કર ઝીલે છે અને જીવે છે.

અલબત્ત, આ વર્ષોમાં ભાડાનું ઘર કાઢી શાન્તિપ્રસાદે સવિતાના નામ પર કાંદિવલીમાં ફ્લૅટ લીધો. સવિતાને નામે કેમ લીધો એવું કંઈ ન પૂછશો, મહેરબાન. શહેરમાં હવે બધા માણસો પત્નીના નામ પર જ ઘર, સોનું અને એવું બીજું ઘણુંઘણું ખરીદે છે. પત્ની પર પ્રેમ ઢોળીઢોળી નાખવાની આ કાયદાએ શિખવાડેલી રીત છે ભાઈ! એમાં આશ્ચર્ય પામવા જેવું કંઈ નથી. બે રૂમ, રસોડું, બાથરૂમ-સંડાસ અને એક ઊભાઊભા બહારની દુનિયા જોઈ શકાય એવી ગૅલરી

એ સવિતા શાન્તિપ્રસાદ ભટ્ટનો ફ્લૅટ છે. દસ વર્ષ પહેલાં આ ફ્લૅટમાં રહેવા આવી ત્યારે સવિતા ખુશખુશાલ થઈ ગયેલી.

હંમેશ સાંજે શાન્તિપ્રસાદ ગૅલરીમાં બેસે. સામે દેખાતા ઘોડબંદર રોડ પર રાતદિવસ અવિરત પસાર થયા કરતી માનવમેદની જોયા કરે. એક જ શહેરમાં રહે છે બધા, પણ કેવા સાવ અપરિચિત છે આપણને? આવો વિચાર શાન્તિપ્રસાદને આવે છે અને પોતાના એ ગહન વિચાર પર તેઓ ખુશ થઈ ઊઠે છે. પરંતુ ઘણી વાર શાંત હવાને સતત ડહોળ્યા કરતો એ કોલાહલ હમણાં હમણાં શાન્તિપ્રસાદને નથી ગમતો; એમાંય સવિ ઝઘડે ત્યારે તો ખાસ. અને ત્યારે ખબરેય ન રહે એમ શાન્તિપ્રસાદ પોતાના વતન જીંથરિયાની શેરીઓમાં પહોંચી જાય છે. પહેલાં તો દૃઢ ઇચ્છા હતી અને હજીય ચિત્તને ઊંડે ખૂણે તો હજી એવી જ અકબંધ પડી છે. તાનપુરાથી, મંદિરની આરતીના ઘંટારવથી રણકી ઊઠતી, ટમકતા તારાઓમાં મૌન બની ચમકી ઊઠતી, જીંથરિયાની એ રાત્રિઓને જીવનનાં અંતિમ વર્ષોમાં ઓઢીઓઢીને નિરાંતે સૂવાની. શાન્તિપ્રસાદના મનમાં બંધાયેલા ઘરના પ્લાનમાં આ ભાગનો પણ નકશો હતો; પરંતુ શાન્તિપ્રસાદ હવે જાણે છે કે ઘરનો એ ભાગ પોતે ક્યારેય ચણી નહીં શકે, કારણ કે ઘરનો એ ભાગ ચણવાની સવિતાને બિલકુલ જરૂર નથી દેખાતી. એકાદ વખત હસતાંહસતાં વાતવાતમાં શાન્તિપ્રસાદે વાત કરેલી ત્યારે સવિતા વાળેલી કમાનની જેમ ઊછળીને એમને લમણામાં વાગેલી. 'મારું મડું લઈ જજો જીંથરિયામાં.'

અને સવિતાની વાત પણ સાચી હતી. મુંબઈ શહેરનો આવો સુંદર ડિસ્ટેમ્પર ફ્લૅટ. રોજ ટીવીના કાર્યક્રમ, તાજાંતાજાં શાક. ચારેતરફ ભરચક ઊભરાતું જીવન. એને છોડી જીંથરિયાની કૂતરાભસ ધૂળઉછાળ શેરીઓમાં જવાનું! સવિતા ભટ્ટ શાન્તિપ્રસાદના મૂર્ખ વિચારો પર હસે જ ને!

રાત્રે નવ પછી શાન્તિપ્રસાદે રાહત અનુભવવા માંડી. બાજુના ઍપાર્ટમેન્ટમાં રહેતો શાન્તિપ્રસાદની જ્ઞાતિનો અને ભાવનગર વિસ્તારના એમના વતન બાજુનો જાની, એની પત્ની સાવિત્રી અને પાંચ વરસના બાબા સાથે મળવા આવે છે. સાવિત્રીના ચીમળાયેલા મોંને જોઈ શાન્તિપ્રસાદને રાહતનો વિશેષ અનુભવ થયો. આવો અનુભવ શાન્તિપ્રસાદને આજે કંઈ નવો નથી.

શાન્તિપ્રસાદ અને જાની પરસ્પરને વખતોવખત મળે છે, કારણ કે બંને એક જ્ઞાતિના છે, એક વતનના છે. વતનથી આટલે દૂર શહેરમાં નસીબ

અજમાવવા આવેલા અનેકપ્રાંતીય અનેકજ્ઞાતીય માણસો પોતાની જ્ઞાતિના, પોતાના વતનના માણસોને શહેરમાંથી જૂની માફક વીણીવીણી તેમની સાથે હળવામળવામાં આનંદ અનુભવે છે. એમાં ખોટું શું છે? ક્યારેક કામ લાગે તો જ્ઞાતિનો ને વતનનો માણસ કામ લાગે. એટલે મુંબઈ શહેરના માનવીઓ આ સંપર્કનાં વર્તુળોમાં ઘૂમ્યા કરે છે. કેટલાક એમાં ન માનતા હોય તો ભલે, શાન્તિપ્રસાદ અને અંબાપ્રસાદ તો આ પ્રકારનો સંપર્ક જાળવવામાં માને છે.

અંબાપ્રસાદ જાની ગાઇડો ગોખી અર્થશાસ્ત્ર સાથે બી. એ. પાસ થઈ એલ.આઈ.સી.માં ઘૂસી ગયો છે. જાની મનમાં ધારેલી એવી જ નોકરી એને મળી ગઈ તેથી ખુશ છે. કોઈ બૉસીઝમ નહીં, કોઈ કામનો ઝાઝો બોજો નહીં. આરામથી સાત કલાક નોકરી કરો પછી છૂટા. તમે કોણ ને ઑફિસ કોણ? નિયમિત પગાર મળે, નિયમિત વધારો મળે, નિયમિત બઢતી મળે. બધું જ નિયમિત. જાની લહેરમાં ઘણી વખત શાન્તિપ્રસાદને કહેતો હોય છે, 'તમારે આરામ હરામ હૈ અને અમારે આરામ આરામ હૈ.'

જાનીની બૈરીય સવિતાની જેમ આવી છે ગામડેથી જ. એનેય સવિતાની જેમ શહેરમાં હરવાફરવાનો, પહેરવા ઓઢવાનો શોખ પણ હતો. અલબત્ત, આ તો પરણ્યા તે વખતની વાત. ત્યારે શાન્તિપ્રસાદ ને જાની પાસેપાસે નહોતા રહેતા. એકબીજાને ઓળખતા, પણ ઝાઝો પરિચય નહીં. બંને નજીક રહેવા આવ્યા એ તો સાતઆઠ વરસથી. જાનીનો સ્વભાવ કંઈ શાન્તિપ્રસાદ જેવો નહીં. જાની તો અત્યારેય ઘણી વખત શાન્તિપ્રસાદના સંદર્ભમાં સાવિત્રીને કહેતો હોય છે, 'શાન્તિભાઈએ પહેલેથી સવિતાને દાબમાં રાખવાની જરૂર હતી.' અને જાનીએ તો ખરેખર સાવિત્રીને પૂરેપૂરી દાબમાં રાખેલી. ક્યારેક સમજાવીને, ક્યારેક આંખ લાલ કરીને, ક્યારેક ધોલ મારીને, ક્યારેક રિસાઈને તો ક્યારેક પિયર મોકલી દઈને. જાનીએ તો દસ વર્ષ સુધી સાવિત્રીને બરોબર ઘડીઘડી હવે ઘાટમાં આણી છે. પણ હવે સાવિત્રી બરોબર અંબાપ્રસાદ જાનીની કલ્પના મુજબની સાવિત્રી બની ગઈ છે. દેવદર્શન, પૂજાપાઠ, વ્રત-ઉપવાસ સાવિત્રીને કંઈ ને કંઈ ચાલ્યા જ કરે છે. અલબત્ત, આવી ત્યારનો સાવિત્રીનો ઠસ્સો, ત્યારનો તરવરાટ, મોં પર ઊભરાતું ખિલખિલ હાસ્ય હવે જોવા નથી મળતાં; પરંતુ એનો વાંધો નહીં. એવું ઉછાંછળાપણું જીવનમાંથી જેટલું વહેલું જાય અને જેટલું વધારે જાય તેટલું માણસ સુખી એમ અંબાપ્રસાદ જાની દઢતાપૂર્વક માને છે. એટલે અંબાપ્રસાદે

સાવિત્રીને એની દૃષ્ટિએ સુખી કરી છે અને સાવિત્રી પણ બધાને કહે જ છે કે આવા પતિ મળ્યો તો પોતે સુખી થઈ. શહેરનું મોં જોયું. મુંબઈ જેવા શહેરમાં એમનું કહી શકાય એવું ઘર થયું. માણસને એથી વિશેષ શું જોઈએ, ભાઈ?

અલબત્ત, હમણાંહમણાં છેલ્લાં બે વરસથી સાવિત્રીને લો બી.પી.ની તકલીફ શરૂ થઈ છે. એક વખત તકલીફ ખૂબ વધી ગઈ ત્યારે એમના ફૅમિલી ડૉક્ટરે સાવ ખાનગીમાં ખૂબ ધીમેથી સાવિત્રીને પૂછેલું, 'મનમાં બહુ રિબાઓ છો, સાવિત્રીબહેન?' ડૉક્ટરની પોતાની સામે સીધી તકાયેલી એ નજરથી સાવિત્રી એકદમ ચોંકી ઊઠતી હોય એમ બોલેલી 'ના રે, ડૉક્ટર. આવો કાળજી રાખતો પતિ, આવો સરસ પગાર, રૂડોરૂપાળો દેવ જેવો દીકરો. મારે શેની કમીના તે દુઃખ હોય, ડૉક્ટર? મારે શું દુઃખ?' બોલતાંબોલતાં સહેજ શૂન્યમાં ઠરવા જતી આંખને એકદમ પાછી વાળી સાવિત્રી હળવુંહળવું સ્મિત કરતી ચાલી ગયેલી.

સાવિત્રી દેખાવે તો સાવ સામાન્ય કહેવાય. નીચી ને શ્યામ. એના મોં પર આકર્ષક કહી શકાય એવું કંઈ હોય તો માત્ર એની ચપળ આંખો. સાવિત્રીને જોઈ શાન્તિપ્રસાદ હંમેશ કેમ હળવાશ અનુભવતા એનું કારણ શાન્તિપ્રસાદને કોઈ પૂછે તો એમનેય ખબર ન હતી. અત્યારે પલંગમાં સૂતાંસૂતાં સાવિત્રી તરફ એમણે નજર તો ભાગ્યે જ એકાદ વખત કરી હશે, પરંતુ સાવિત્રીની ઉપસ્થિતિથી જ જાણે રાહતનો અનુભવ થયો. લગભગ તે મૂડમાં આવી ગયા.

'કંઈ નથી, કંઈ નથી, ભાઈ, આપણને. ડૉક્ટરો ખીસાં ભરવા નાહકના વહેમ ઘાલ્યા કરે.'

જાનીએ ખુશખબર આપ્યા, 'સિનિયર ક્લાર્કમાં પ્રમોશન મળ્યું.'

'અભિનંદન, અભિનંદન' બોલતાં શાન્તિપ્રસાદને અંગમાં સણકો આવી ગયો. મનમાં એક વાત આવી ને અટકી ગઈ. સવિ એવીતેવી કંઈ વાત જાણી જશે તો પૂછીને જીવ ખાઈ જશે અને પોતાને પ્રમોશન જોઈએ પણ ક્યાં છે? શું કરવું છે પ્રમોશન? હે જીવ, કોને માટે આ જંજાળ?

ઑફિસમાં દેસાઈએ કહેલી વાત રાત્રે શાન્તિપ્રસાદના ચિત્તમાં વાગોળાઈ વાગોળાઈને ઉપર આવવા લાગી. મોડી રાત્રે ઊંઘમાં શાન્તિપ્રસાદ એક ઊંડા કૂવા પાસે ઊભા છે. ધીમેધીમે એક ડોલ ઊંડા કૂવામાં સરકતી જાય છે. અડધે કૂવે જઈ ડોલ અટકી જાય છે. પાણી તો હજી ખૂબ ઊંડું છે અને ડોલ તો વચ્ચે

જ અટકી પડી છે. ડોલ ત્યાંથી જરાય નીચે ઊતરી ન શકી અને કૂવાના પહોળા પરિઘમાં ઝૂલવા લાગી. નીચે છલબલતું જળ છે. એ છલબલતા જળમાં ક્યારેય ઝબકોળાવાની ન હોય એમ કૂવાની વચ્ચે ડોલ ઝૂલ્યા કરે છે. શાન્તિપ્રસાદ કૂવામાં ડોકિયું કરે છે. ત્યાં પાછળથી એમને ખભે એક વજનદાર હાથ મુકાય છે. તીણી ચીસ હવામાં તરે છે અને શાન્તિપ્રસાદની આંખો ઊઘડી જાય છે. રાત્રિના બેના ટકોરા કાનમાં ઘણની જેમ અફળાય છે.

*

કેટલીક વ્યક્તિઓ જે ધરતીમાં જન્મે તે ધરતી સાથે ઊંડો લગાવ બાંધી લે છે. આમ વ્યક્તિઓ પછી ગમે ત્યાં સ્થળાંતર કરે પણ પોતાની એ ધરતી, ત્યાં પસાર કરેલું જીવન ક્યારેય ભૂલી શકતી નથી. એ ધરતીમાં ગાળેલું જીવન એક મધુર સ્મૃતિ બની કે એક આદર્શ જીવનનું રૂપ લઈ એના ચિત્તમાં ઘર કરીને બેસી જાય છે. પછી એવી વ્યક્તિઓ હંમેશ એ વ્યતીતને વાગોળતી વ્યક્તિઓ બની જાય છે; પરંતુ કેટલીક વ્યક્તિઓ એનાથી સાવ વિરુદ્ધ સ્વભાવની હોય છે. એ તો જે ધરતીમાં જન્મે તે જ ધરતી પ્રત્યે અણગમો કેળવે છે. એમનું ચિત્ત તો કોઈ રંગીન ધરતીને જ ઝંખ્યા કરતું હોય છે. સવિતા શાન્તિલાલ ભટ્ટ આવી બીજા પ્રકારની વ્યક્તિ છે. બાળપણમાં એના મામાની દીકરીઓ અમદાવાદથી આવતી, નવાંનવાં ફ્રૉક પહેરતી, સિનેમાની ને બસની ને રિક્ષાની ને હોટલની ને બગીચાની ને એવી ઘણીઘણી આકર્ષક વાતો કરતી. એ સિવાય પણ બીજી ઘણી શહેરની વાતો કરતી, પરંતુ સવિતાના ચિત્તમાં તો પેલી આકર્ષક વાતો ખૂબ ઝડપથી મનમાં બેસી ગઈ અને એ વાતોએ એક રંગીન વિશ્વ સવિતાના ચિત્તમાં ખડું કર્યું. એ વિશ્વની મોહિનીમાં પોતાનું નાનકડું ગામ એને સાવ સૂકા થોરિયા જેવું લાગ્યું.

એમાં એકાએક સવિતાની બધી ઇચ્છાઓ ફળી ઊઠી. અમદાવાદનેય બાજુ પર મૂકી દે એવું મુંબઈ શહેર. એ શહેરની કૉલેજમાં ભણતો એક યુવાન, અને એ યુવાનની સાથે સવિતાના વિવાહની હવામાં તરતી વાતો. સવિતાની તો રગેરગમાંથી લોહી જાણે બહાર નીકળીને વહેવા લાગ્યું. છોકરડીમાંથી રાતોરાત યુવતી બની ગઈ. શાન્તિપ્રસાદનું 'શાન્તિપ્રસાદ' નામ ફેંકી તેણે કોઈક જગ્યાએ ચોપડીમાં વાંચેલું ને મનમાં વસી ગયેલું 'પ્રશાંત' નામ રાખી દીધું.

પરંતુ શાન્તિપ્રસાદને પહેલી વખત જોયા એટલે સવિતાના ઊગેલા લીલાલીલા અડધા છોડ સુકાઈ ગયા. શાન્તિપ્રસાદનું નાનકડું માથું. એકવડું ઠીંગણું કદ. મોં પર એવું દયામણું સ્મિત હતું કે એ જોઈને સવિતાને પહેલો વિચાર જ એ આવી ગયો કે બેચાર ઠોંસા મારી આ માણસને ગબડાવી પાડી રડતો જોવાની કેવી મજા પડે! બાળપણથી કોઈ નમાલા છોકરાને રડાવવાની તેને મજા આવતી. શાન્તિપ્રસાદને જોઈ મનમાં ભરાઈ રહેલી એ ટેવ એકદમ બહાર નીકળી આવી. સવિતા ત્યારે તો મનમાં ને મનમાં એવા વિચારથી ભોંઠી પડી ગઈ. પછી તરત એણે તો નક્કી કરી નાખ્યું કે લગ્ન કરી એમને તગડા બનાવી દઈશ. અને ખરેખર શાન્તિપ્રસાદના શરીરમાં થોડુંક પરિવર્તન એ જરૂર લાવી શકેલી; પરંતુ શાન્તિપ્રસાદને જોયા પછી સવિતાએ પેલું 'પ્રશાંત' નામ તો મનમાંથી ભૂંસી જ નાખ્યું અને શાન્તિપ્રસાદને શાન્તિપ્રસાદ રહેવા દીધા.

કલ્પનામાં જોયેલું મુંબઈ શહેર સવિતાને પોતાની કલ્પનાથીય અલબેલું લાગ્યું. સદ્ભાગ્યે શાન્તિપ્રસાદ એના બધા શોખ પૂરા કરવા તત્પર હતા એટલે સવિતા ખુશ હતી. એ માગે ને મળે. અને ધીમેધીમે પોતાની માંગ વધારવાની જાણે તેને આદત પડી ગઈ. ક્યારેક શાન્તિપ્રસાદને અકળાતા જુએ એટલે એને વિશેષ આનંદ આવે. એ પોતાની હઠ બરોબર પકડી રાખે. આખરે હઠ પોષાવાની છે અને એ પોષતી વખતે શાન્તિપ્રસાદ ઢીલા લોચા બનવાના છે એની તેને ખાતરી છે એટલે મુંબઈ શહેરમાં સવિતા આમ તો ખુશ છે. કાંદિવલીના 'જ્યોતિ ઍપાર્ટમેન્ટ્સ'ના બ્લૉક નં. ૧૨ની માલિકણ છે.

રવિવારે સવારે નિયમ મુજબ શાન્તિપ્રસાદે ગીતાપાઠ કર્યો. એકબે શ્લોકનું ફરીફરીને રટણ કર્યું. પછી દર રવિવારે સવારે કૉલોનીમાં બેચાર પરિચિતોને ત્યાં જઈ ભાતભાતનાં ગપ્પાં મારવા જવાનું આજે એમણે ટાળ્યું. સવિતા બેત્રણ વખત નિરંજનના લગ્નસંબંધી વાત કરવાની ઇચ્છાથી શાન્તિપ્રસાદ પાસે આવીને બેઠી. શાન્તિપ્રસાદ એના મોંના ભાવ કળી ગયા, એટલે 'આજે તો ક્યાંય જવું નથી. સાંજે મંદિરમાં ડોંગરેમહારાજની કથા સાંભળીશ. એ સિવાય બીજું એક પણ કામ નહીં.' એમ બોલી આંખો મીંચીને ખુરસીમાં પડી રહ્યા. સવિતાએ આજે વિશેષ આગ્રહ ન કર્યો. આજે ટીવી પર એક સરસ ફિલ્મ બતાવવાની હતી એટલે આમે આજે તો સવિતાએ ક્યાંય જવાનું પસંદ કર્યું ન હોત.

સાંજે સવિતા ટીવી પર ફિલ્મ જોવા બેઠી. ડોંગરેમહારાજની કથામાં એને બિલકુલ રસ નથી. ગઈ છે ક્યારેક કથા સાંભળવા, પરંતુ ઘરે આવ્યા પછી આનંદિત બનવાને બદલે એ મનમાં ને મનમાં કંટાળી જાય છે. એને અનાસક્તિ ને વૈરાગ્યની વાતોમાં ક્યારેય ગમ પડતી નથી. બીજી સ્ત્રીઓ ડોંગરેમહારાજની વાણીની કથાની પ્રશંસા કરે ત્યારે સવિતા મૂંગીમૂંગી એ સાંભળે છે; પણ એને મનમાં તો હંમેશ થાય છે, 'બળ્યું એમાં શું સાંભળવાનું છે? કોણ જાણે બધાને શેનો આનંદ આવે છે!' એટલે શાન્તિપ્રસાદ વિદાય થયા એટલે બારણું બંધ કરી હવે કોઈ બલા ન ટપકે તો સારું એમ બબડતી ટીવીની સામે ખુરસી ખેંચી આરામથી બેઠી.

કથા દરમિયાન શાન્તિપ્રસાદને હાઈ બી.પી.ના જ વિચાર આવ્યા. પોતાને નખમાંય રોગ નથી એનું ગૌરવ હંમેશ શાન્તિપ્રસાદે લીધું છે. 'ચિંતા ચિતા સમાન' એ સૂત્ર એ ઑફિસમાં વારંવાર વગાડતા. નિયમિત આહાર. નિયમિત વિહાર. નિયમિત કથાવાચન-શ્રવણ. નિત્ય માળા. નિત્ય પાઠ. નિત્ય દર્શન. તોય હાઈ બી.પી. ક્યાંથી? મેં તો બધી આસક્તિ છોડી દીધી છે. વરસોવરસ કંપનીના કામે થાય એટલી મુસાફરી કરી છે. ક્યારેય બીજાની માફક બહાર જવા માટે ઉધામા નથી માર્યા. 'કોણ કરે બધી દોડધામ ભાઈ?' એમ કહી બને ત્યાં સુધી બહારગામ જવાનું ટાળ્યું છે. મારે કોઈ પ્રમોશન નથી જોઈતું. શું કરવું છે પ્રમોશન? તો શાને આ ટેન્શન? શાન્તિપ્રસાદ વિમાસે છે અને ડોંગરેમહારાજની કથા આગળ ને આગળ ચાલ્યા કરે છે.

᎒᎒᎒

'તમે મિ. દોશીને ઓળખો છો? પરિચય કરવા જેવો છે. ખૂબ સ્માર્ટ માણસ. આ કંપનીમાં એ જ તમને ઉપયોગી થશે. કોઈ પણ વિષય પર વાત શરૂ કરો, મિ. દોશી પાસે એ વિષયની લેટેસ્ટ ઇન્ફર્મેશન તમને મળશે. ક્લિયર અંડરસ્ટૅન્ડિંગ, શાર્પ મેમરી. જુઓ, આ આવી એમની કેબિન. હું રજા લઉં. મારી હાજરી કદાચ મિ. દોશીને પસંદ ન પડે. કેમ તમારી આંખમાં પ્રશ્ન આવ્યો? કંઈ વાંધો નહીં. ફ્લૅપડૉરને ધક્કો મારો. કામમાં બહુ વ્યસ્ત છે? એ તો ગમે ત્યારે ફ્લૅપડૉરને ધક્કો મારો, એ જ દશ્ય જોવા મળશે. અચકાઓ નહીં. મારું નામ આપજો. હમ્, એમ. ચાલો ત્યારે મળો પછી મને.

અને આ પ્રણવ મહેતા કેબિનમાં દાખલ થયા. મિ. દોશીનો ચહેરો મહેતાને જોઈ સહેજ સ્થિર થઈ પછી મલક્યો હશે. જરૂર એમ જ થાય. કાળી દાંડીનાં જાડા ગ્લાસવાળાં ચશ્માંમાંથી મિ. દોશીની ગોળ ચમકતી આંખો સહેજ ઝીણી બની મહેતાને માપતી હશે. કોણ છે આ વ્યક્તિ? કેમ આવી છે મારી પાસે? મિ. દોશી મહેતા જોડે વાત તો જરૂર કરશે. કેટલો સમય બગાડવો આ સર્જકમહાશય પાછળ? એવો નિર્ણય મિ. દોશીએ અચૂક કરી નાખ્યો હશે. હું શરત મારું.

૪

આ પ્રણવ મહેતા બહાર નીકળ્યા કેબિનમાંથી. બરોબર પંદર મિનિટ. મને ખબર હતી આ સર્જકો-ફર્જકો પાછળ ઝાઝો સમય બગાડે એવા મિ. દોશી નથી. પૂરું વ્યાપારી માનસ ધરાવે છે. મને ખબર છે. છ મહિના કામ કર્યું છે એમના હાથ નીચે. એટલે એમને પૂરેપૂરા ઓળખી ગયો છું.

'કેવી મુલાકાત રહી?'

'ખૂબ સફળ. ઘણું નવું જાણવા મળ્યું. મારે જોઈતી લગભગ ઘણીખરી વિગતો આપી એમણે. આપણને તો એમના બોલવામાં રસ પડી ગયો, ભાઈ. એકેએક શબ્દ જાણે હૃદયમાંથી બોલતા હતા. બહુ નિખાલસ માણસ લાગ્યા. ચાલો, આભાર તમારો, ભાઈ ઝવેરી. તમારે લીધે આ મુલાકાત શક્ય બની. તમારી પણ રજા લઉં.'

પચીસ વર્ષના ક્લાર્ક ઝવેરીએ સાહિત્યકાર પ્રણવ મહેતાને ક્લેયમેન્ટ કંપનીના આઉટડૉર સુધી સાથે જઈ વિદાય આપી, પાછો ટેબલ પર આવી અને બાજુના ટેબલ પર એની સામે પૃચ્છક નજરે જોઈ રહેલા માણસ સામે હસ્યો.

'આ સર્જકમહાશયને મિ. દોશી નિખાલસ લાગ્યા!'

બાજુના ટેબલ પર બેઠેલા આધેડ વયના માણસે મોંમાં પાનના ડૂચા સાથે ઝવેરીની સામે ત્રાંસું જોઈ હહહહ હાસ્ય કર્યું.

'સાલો બધાં નાટક ખેલી શકે છે. બે વર્ષથી આવ્યો છે કંપનીમાં, પણ ખુશામત કરી દરેક ઑફિસરનો માનીતો થઈ પડ્યો છે.'

'હોશિયાર પણ ખરો સાલો.'

'હોશિયાર બોશિયાર ઠીક. મેં તો બેત્રણ વખત માપી લીધો. સ્માર્ટ દેખાવાનો ડોળ વધુ છે. સૂઝ નથી ઝાઝી. ચોકસીનો કંઈક સગો છે. બિચારો પિંગે. તું એની હાલત જો. ડોસો થઈ ગયો બે વરસમાં. પ્રમોશન વગર રહી ગયો અને આ લુચ્ચો ઘૂસી ગયો બહારથી. હવે બિચારા પિંગેને હેરાન કરે છે.

ઝવેરી આધેડ વયના માણસમાં કેટલી આવડત છે તે જાણે છે, એટલે વિશેષ દલીલ કર્યા વગર પોતાના કામમાં પરોવાય છે.

સોમવારે શાન્તિપ્રસાદ ઑફિસમાં આવ્યા જ. 'આરામ લો, ભટ્ટભાઈ.' 'આરામ કેમ નથી લેતા, મિ. ભટ્ટ?' દરેકે સલાહ આપી અને તો પણ શાન્તિપ્રસાદ

ઑફિસે આવ્યા. કેબિનમાં આવી ભૂલી જવાય તે પહેલાં તેમણે પિતાને પત્ર લખી નાખ્યો. પત્ર લખતાં એમનો હાથ કંપે છે. વિચારો આડાઅવળા આવે છે. બાપાનો કડક જ્ઞાતિચુસ્ત ચહેરો પત્રમાં દેખાય છે. જ્ઞાતિનું, ગોત્રનું કૂંડાળું. એની બહાર બાપા પગ ન મૂકે. સાચું જ છે. છોકરી બ્રાહ્મણની પણ આપણા કૂંડાળાની ક્યાં? બાપા ન જ માને. સવલીને કોણ સમજાવે? બાપાની લાલઅંગાર આંખ. ધોળી મૂછ. સવિ વંતરી. એને ગમે એટલે ઘરમાં બધું જ બધાંને ગમવું જોઈએ. કોણ કહે આ અફર નિયમ બાપાને? બાપાનું ગંભીર રાતું મોં, સાલા નપાવટ! ધોકણાથી સીધી થાય એ જાતને પંપાળસ, સાલા કપાતર! શાન્તિપ્રસાદનાં વાક્યો અસ્પષ્ટ વિચારોથી ઠરડાતાં – મરડાતાં જાય છે.

બાજુની કેબિનમાં ઘોંઘાટ સંભળાય છે. ફ્લૅપડૉર બેત્રણ વખત જોરજોરથી અફળાય છે. પાંચ મિનિટમાં બધું શાંત પડી જાય છે. પછી તરત પેસ્તનજી ભટ્ટની કેબિનમાં ડોકિયું કરે છે.

'આ તમારો નવો બૉસ બહુ ચગ્યો છે ભતભાઈ. કૉરસ્પોન્ડન્સના ક્લાસ ભરવાની શિખામણ આપે છે મુને. આય ધોરા આવી ગ્યા મુને અને આ નવીનવાઈનો બૉસ આપનને શિખામણ આપે છે.'

પેસ્તનજીના ઉશ્કેરાટથી મિ. ભટ્ટ મનમાં ખુશ છે.

'શાંતિ રાખો, પેસ્તનજી, શાંતિ. ચોકસીના ચાર હાથ છે તમારા નવા બૉસ પર.'

'સીધો કરી દઈસું તમારા નવા બૉસને. તમે એને સલાહ આપો.'

'બીજાની સલાહ માની માણસ ચાલતો હોત તો આ દુનિયા પર દુઃખ જ ન રહેત, ભાઈ.'

પેસ્તનજી કેબિનની બહાર નીકળે છે. એક કલાક પછી સ્ટાફયુનિયનના બે સભ્યો જનરલ મૅનેજર ચોકસીને એક ફરિયાદપત્ર આપે છે. આસિસ્ટન્ટ સેલ્સ મૅનેજર દોશી સ્ટાફ સાથે ઉદ્ધત વર્તન કરે છે. મિ. ચોકસી ગંભીર પણ સસ્મિત વદને પત્રનો સ્વીકાર કરે છે.

મિ. ભટ્ટના ફોનની રિંગ રણકે છે. સેલ્સ મૅનેજર કિશોરીલાલ ગુપ્તાનો અવાજ સામેથી સંભળાય છે.

'અરે ભટ્ટ, શું ગડબડ છે તમારા પડોશીના?'

'અભિમાન, સર. બુદ્ધિનું, આવડતનું. બધાને કહેતો ફરે છે એણે કંપનીનું સેલ વધાર્યું.'

'ચોકસીકા ફેવરિટ છે સાલા.'

સામેથી ફોન મુકાઈ જાય છે. આજથી ત્રણ વર્ષ પૂર્વે પ્રોડક્શન મૅનેજર ચોકસી પોતાથી સિનિયર સેલ્સ મૅનેજર કિશોરીલાલ ગુપ્તાને પાછળ રાખી જનરલ મૅનેજર બની ગયો. એટલે ચોકસી કે તેના ફેવરિટોના તમાશા જાણવા કિશોરીલાલ ગુપ્તા હંમેશ ખૂબ આતુર હોય છે. અને આ તો એમના ડિપાર્ટમેન્ટમાં બનેલી વાત. બનાવની સાચી વિગતોથી એમણે વાકેફ રહેવું જ જોઈએ ને!

પાંચેક મિનિટમાં મિ. ભટ્ટની કૅબિનમાં ફરી ફોનની રિંગ રણકે છે. સામેથી જનરલ મૅનેજર ચોકસીનો અવાજ સાંભળી મિ. ભટ્ટ પોતાની ખુરસી પર સ્વસ્થ બની ગોઠવાઈ જાય છે.

'શું વાત હતી ભટ્ટ, દોશીની કૅબિનમાં?'

મિ. ભટ્ટ જાણે છે કે અંગત વ્યક્તિઓ સિવાય જાહેરમાં મિ. દોશી વિશે શું અભિપ્રાય આપવો. મિ. દોશી કાર્યદક્ષ છે, મહેનતુ છે, પ્રમાણિક છે, દરેક સાથે સહકારથી વર્તે છે. મિ. ભટ્ટનો દોશી વિશે આ જાહેર અભિપ્રાય છે. પોતાના સાથીદારની જાહેરમાં આ પ્રમાણે પ્રશંસા કરવી એ સૌજન્યનું લક્ષણ છે સભ્ય સમાજમાં. અને હે સુજ્ઞ શ્રોતાઓ, મેં તમને પહેલાં જ કહ્યું છે કે મિ. ભટ્ટ સજ્જન માણસ છે! એટલે મિ. ભટ્ટ જનરલ મૅનેજર ચોકસીને એક સજ્જન જવાબ આપી દે છે.

'સર, દોશી હોશિયાર માણસ છે. કામમાં ભૂલ હોય તો કહે, યુવાન છે એટલે જરા કડક બનીને કહે ક્યારેક. નહીંતર પછી ઑફિસમાં વ્યવસ્થિત વહીવટ ચાલી કેમ શકે?'

કુલકર્ણી મિ. દોશીની કૅબિનમાં દાખલ થાય છે. કુલકર્ણીના કાન કોઈએ કાપી લીધા હોય એવા ચપટ છે. એના હાથની ચામડી સાવ કાળી ને બરછટ છે. મિ. દોશીને કામમાં વ્યસ્ત જોઈ દરવાજા પાસે જ તે અટકી જાય છે. દોશી એક ઝડપી, સ્થિર વ્યસ્ત નજર કુલકર્ણી પર ફેંકે છે.

'તમારા કામથી બધા ખૂબ જલે છે, સર.'

'બીજું કંઈ કામ છે તમારે?'

કુલકર્ણી કેબિનની બહાર નીકળે છે. ચશ્માંની દાંડી નાક પર બરોબર ગોઠવે છે અને પોતાના ટેબલ પર જઈને બેસે છે.

મિસિસ પાટીલ લચકતી ચાલે મિ. દોશીની કેબિન તરફ જાય છે. ગૌરવર્ણ, પાતળો સોટા જેવો દેહ, નિતંબ સુધી ઝૂલતો જથ્થાદાર ચોટલો, ચોટલાના સુગંધિત કેશ, ઝૂલતી મઘમઘ વેણી. આંખોમાં ચળકતું સ્મિત. તે કેબિનમાં દાખલ થાય છે ને રિબાઉન્ડ થઈ એકદમ પાછી નીકળે છે. 'કાલે આવો.' ઉપર જોયા વગર મિ. દોશી જવાબ આપે છે. તમાચો પડતો હોય એમ મિસિસ પાટીલને વાક્ય વાગે છે. બહાર નીકળેલી મિસિસ પાટીલનું મોં લાલચોળ છે. એક ડગલું, બીજું ડગલું, ત્રીજું ડગલું. મિસિસ પાટીલ ફર્શ પર ડગલાં ગણે છે.

મિ. દેસાઈ પોતાની કેબિનમાં પેસ્તનજીને અભિનંદન આપે છે, 'યુનિયન મજબૂત બનાવો, પેસ્તનજી. કંપની પાસે રજૂઆત કરો. સિનિયોરિટી પ્રમાણે પ્રમોશન આપો.'

'મામામાસીના પાંચમી કતારિયા બહુ ભર્યા છે કંપનીમાં દેસાઈસાહેબ. ઑફિસરોમાં તમારા જેવા કેટલા? બધા પ્રમોશનના ટુકડા માટે મોંમાંથી લાળ પાડ્યા કરતા લાલચુ કૂતરાઓ છે. તમે જોઈ લેજો, આ દોશીડાને કોઈ એક હરફે નથી કહેવાનું. ચોકસીનું મોં જોઈને જ હું સમજી ગયો.'

'સાંભળ્યું છે કે પેલી પાટીલ દોશીની કેબિનમાં બહુ દોડે છે!'

'મરવા દો. સાલી ફ્લર્ટ છે. ખુદાના કસમ. તમે સાલીમાંથી છૂટ્યા એ સારું થયું. એ હલકટ તમને બદનામ કરતી હતી.'

'હું એને ઓળખું. પૂરેપૂરી ઓળખું.'

દેસાઈની સામેથી પસાર થાય છે મિસિસ પાટીલ સાથે જોયેલી ફિલ્મ. સાથે હોટલમાં કરેલાં ભોજન. દેસાઈની રગોમાં મધુર રોમાંચવાળું લોહી વહેવા લાગે છે. અને પછી એ લોહી ધગધગતો લાવા બની જાય છે, સાલો કમબખ્ત ઘોરખોદુ દોશીડો! ઑફિસમાં આવ્યો ને મિસિસ પાટીલની આંખોની કમાન જુદી દિશામાં વળી ગઈ. દેસાઈ પગ પછાડે છે. જોસભેર સુસવાટા કરતો મિસિસ પાટીલ પાસેથી પસાર થઈ જાય છે. પણ મિસિસ પાટીલ તો મંદ સ્મિત કરતી મિ. દેસાઈનું કોઈ અસ્તિત્વ ન હોય એમ આમતેમ જોતી બીજા ટેબલ પર બેઠેલી સ્ટેનોટાઇપિસ્ટ જોડે સુરખીભર્યા ગાલ ચમકાવતી વાતો કરે છે.

મિ. ભટ્ટ આજે વારંવાર ક્લેયમેન્ટ ઍન્ડ કંપનીમાં પસાર કરેલા વીસ વરસના ભૂતકાળને વાગોળે છે. વિચારતાંવિચારતાં નિરાશ થઈ જાય છે. જાણે વીસ વરસમાં પોતે કંઈ જ કામ નથી કર્યું. વરસોવરસના સેલ્સગ્રાફ આંખ સામેથી પસાર થાય છે. કંપનીના એજન્ટોની વરસોવરસ મુલાકાતો. સ્ટાન્ડર્ડ કંપની, સ્ટાન્ડર્ડ ઑર્ડર. કંપની સરસ ચાલે છે. નફો કરે છે. વેચાણ વધારવા મેં શું કર્યું? મિ. ભટ્ટ જાતને ઝાઝી ખોતરી શકતા નથી. દોશી સામે આવીને હસે છે. ઝૂકીઝૂકીને કમર પર બે હાથ મૂકીને પોતાનું ભરાવદાર મોં વિસ્તારતો મિ. ભટ્ટના ચહેરાની અડોઅડ ઝૂકે છે, 'મેં સેલ વધાર્યું મિ. ભટ્ટ.'

મિ. ભટ્ટ જાણે છે મિ. દોશી ખૂબ ચતુર માણસ છે. ક્લેયમેન્ટ ઍન્ડ કંપની ખરેખર બે વ્યક્તિઓથી ચાલે છે, જનરલ મૅનેજર ચોકસી અને ટેક્નિકલ ડિરેક્ટર મિ. પંડ્યા. મિ. ભટ્ટની આ માન્યતાને બીજા બેત્રણ ઑફિસરોનું સમર્થન છે. અને મિ. ભટ્ટ બરોબર જાણી ગયા છે કે મિ. દોશીએ આ બે વ્યક્તિઓ સાથે નિકટનો સંબંધ સ્થાપી દીધો છે. સંબંધ સ્થાપવો, સંબંધ જાળવવો, કયો સંબંધ હાનિકર્તા છે તે તરત પારખી તોડી નાખવો એ સહુમાં મિ. દોશી ભારે નિપુણ છે એટલે તો મિ. દોશી ભટ્ટની ઘણી સલાહ અવગણે છે. મિ. ગુપ્તા તો ડિસ્ચાર્જ્ડ બૅટરી જ છે એ દોશીએ બે મહિનામાં પારખી લીધું એની ભટ્ટને ખબર છે. મિ. દોશીને ઘણાં પગથિયાં ચડવાં છે, કારણ કે એની નજર છેક ઉપરને પગથિયે છે. હોય જ ને! એમાં શું નવાઈ! યુવાન છે, દક્ષ છે, ચતુરસુજાણ છે પછી નજર હોય જ!

પિંગે ધીમેથી ભટ્ટની કૅબિનમાં દાખલ થાય છે. વિચારમગ્ન ભટ્ટ એમ જ સ્થિર આંખે બેસી રહે છે. પિંગે સામેની ખુરશી પર ગોઠવાય છે. બંને મૌન છે, પરંતુ બંનેની વચ્ચે વાતો ચાલે છે. ખુરસીના હૅન્ડલ પર કોણીમાંથી વાળીને મૂકેલો ને હડપચી પર પિંગેએ હાથ ટેકવ્યો છે. મિ. ભટ્ટ તરત એ વાતો અટકાવી સ્થિરમુખ પિંગે તરફ સ્મિત કરે છે અને બીજા વિષય પર વાત શરૂ કરે છે.

'તારી તબિયત તું સાચવ, પિંગે. તારે છોકરીઓ ઠેકાણે પાડવાની છે. મીરાંનાં લગ્ન નક્કી થયાં?'

પિંગે જવાબ આપ્યા વગર એ જ મુદ્રામાં બેસી રહે છે.

'તું બહુ વિચાર નહીં કર, ભાઈ. મારી સલાહ માન. જ્ઞાનેશ્વરી ગીતા વાંચ.'

'ડે. સેલ્સ મૅનેજરની પોસ્ટ ઊભી થવાની છે, સાચું છે?'

'હું એનો વિચાર નથી કરતો. ભાગ્ય બળવાન છે, મનુષ્ય નહીં.'

'તમે સુખી માણસ છો. આગળપાછળ કોઈ ચિંતા નહીં.'

'મનથી માણસ સુખી છે, પરિસ્થિતિથી નહીં.'

આ બધાં વાક્યો પિંગેના માથા પરથી પસાર થાય છે. એ જ બે વર્ષ પૂર્વે આસિસ્ટન્ટ સેલ્સ મૅનેજર તરીકે પ્રમોશન ન મળ્યું તેનો મનને સખત દૂણ્યા કરતો વસવસો ચિત્તમાં વ્યાપેલો છે. એની અંદર ચાર છોકરીઓનાં લગ્નની મૂંઝવણ ભળેલી છે.

પિંગે જાણે છે જ્ઞાનેશ્વર મોટા સંત હતા. એકવીસ વર્ષે એમણે દેહત્યાગ કરેલો. કેવો મોટો સંત! શાળામાં જ્ઞાનેશ્વરનો પાઠ શીખેલો એની તેને સ્મૃતિ છે અને આમે પિંગેની સ્મૃતિ સારી એવો ઑફિસમાં દરેકનો અભિપ્રાય છે. એના દાદા જ્ઞાનેશ્વરી ગીતા વાંચતા એ પણ એને યાદ છે.

પિંગે કૅબિનમાંથી વિદાય થાય છે પછી મિ. ભટ્ટ જનરલ મૅનેજર ચોકસીને ફોન જોડે છે.

સર, સાંભળ્યું છે કે ડે. સેલ્સ મૅનેજરની નવી પોસ્ટ કંપની ઊભી કરે છે?'

'કશું જ નક્કી નથી. અને નક્કી થશે તો તમારો ટર્ન પહેલો છે. તમને પ્રમોશન મળવું જોઈએ હવે.'

'ઓહ આભાર! તમારી મહેરબાની છે એટલે ઘણું છે.'

મિ. ભટ્ટ ફોન નીચે મૂકે છે. દેસાઈને ફોન જોડે છે.

'હેલો, દેસાઈ. ડેપ્યુટીની પોસ્ટ નક્કી થઈ એવું કોણે કહ્યું?'

'બોર્ડની મિટિંગમાં ચર્ચા થયેલી. શરત મારું.'

મિ. ભટ્ટ સેલ્સ મૅનેજર ગુપ્તાને ફોન જોડે છે, 'હેલો, સર. ડેપ્યુટી સેલ્સ મૅનેજરની નવી પોસ્ટ ઊભી કરવાની છે?'

'અરે ભાઈ! જવા દો. કંઈક ગુસપુસ ચાલે છે ઉપર. સાલા ચોકસીના બચ્ચા બડા ઉસ્તાદ છે. અપના માણસને ઘુસાડવા હશે. તમે નથી ઓળખતા એમને.'

મિ. ભટ્ટ ફોન નીચે મૂકી કામમાં ધ્યાન પરોવે છે; પરંતુ ત્રણચાર વખત કૅબિનમાં આવેલા પ્યૂન રામકૃષ્ણને લાગ્યું કે ભટ્ટસાહેબની તબિયત અસ્વસ્થ છે.

મિ. દોશીની કૅબિનમાં બહારના ફોનની રિંગ રણકે છે. જાહ્નવિકાનો ધીમો ને ખેંચાઈ ગયેલો અવાજ સુબંધુ દોશીને કાને પડે છે.

'આજે છ વાગ્યે કાંદિવલીના સ્લમ્સમાં તમે આવશો મારી સાથે સુબંધુ?'

'સમય નથી, જાહ્નવિકા આચાર્ય.'

'તમે નહીં આવી શકો?'

'ના.'

'તમે બહુ ટચી છો.'

'ઓ સોશિયલ વર્કર, તમે સ્લમ્સની સ્થિતિ સુધારી શકવાનાં નથી, નાહકના ડોળ મૂકી સાંતાક્રુઝના બંગલે પહોંચી જાઓ, એને દુરસ્ત કરાવો, કોઈ યુવાન જોડે પરણી જાઓ. પ્રધાનોની માફક પછી ઍરકન્ડિશન્ડ રૂમોમાં બેસી સ્લમ્સનાબૂદીની શિખંડપૂરી જમતાં જમતાં ચર્ચા કર્યા કરો ને! કોણ રોકે છે ચર્ચા કરતાં તમને? એકાદ થીસિસ ફટકારી દો. પ્રમોશન મળશે. વિદ્વાનમાં ખપશો. થોડાં ભાષણ માટે નિમંત્રણ મળશે. જીવન સાર્થક સાર્થક.'

'તમે કોની સાથે વાત કરો છો, ખબર છે?'

'ખબર છે. પૂરેપૂરી ખબર છે. એટલે જ સલાહ આપું છું કે જાહ્નવિકા આચાર્યે વહેલામાં વહેલી તકે સહુથી પહેલું કામ શું કરવાનું છે.'

સામેથી ફોન મુકાઈ જાય છે.

હું તને ઓળખું છું, જાહ્નવિકા. એ ઉડાઉજવાબી બેપરવા આંખ મીંચકારતા દાદાઓ પાસે જઈને તું શાંતચિત્તે સ્મિતપૂર્વક વાતો કરવાની. તારા એ રૂપને શ્વસું છું મારા પ્રાણોમાં. ગંધવતી નારીની જેમ વીંટાય છે એ રૂપ મારી ચોપાસ, મારા રોમરોમને એ ઉઘાડે છે.

ફરી ફોનની રિંગ રણકે છે.

'સુ? હું મૃદુ, તું સાંજે બોરીવલી આવે છે ને?'

'જરૂર, જરૂર. બોલો, સેવકને બીજું ફરમાન?'

'હું ફોન મૂકું છું.'

'ના, ના. વાતો કરો, વાતો કરો. એક રાતના વિરહનું ગીત ગાઓ, પ્રિયે.'

સામેથી ફોન મુકાઈ જાય છે.

'તારે સોશિયલ વર્કમાં રસ લેવો જોઈએ મૃદુ.' એક વખત સુબંધુએ મૃદુનો ચોટલો હાથમાં રમાડતાં કહેલું. 'હા, હા મારે એક ચોટલો વાળવો, બે ચોટલા વાળવા, આદર્શ ગૃહિણી બનવું. કાલે કહીશ નૃત્યાંગના બન. પરમ દિવસે કહીશ સ્પોર્ટ્સ ખેલાડી બન. તમારું ક્યારેક ખસી જાય છે સુ.' ખરેખર મૃદુ છેડાઈ પડેલી અને રિસાઈ ગયેલી. મૃદુને જોરજોરથી થાબડતો તે ખડખડાટ હસેલો.

પરંતુ સુબંધુ દોશીને ખબર છે, મૃદુનું અનુભવજગત ચાર વસ્તુઓથી બંધાયું છે : ૨૧, કુલકર્ણીપાર્કનો મનમોહન શાહનો એ ફ્લૅટ, પાસે આવેલી વિદ્યોત્તેજક હાઈસ્કૂલ. એસ.એન.ડી.ટી. હોમ સાયન્સ કૉલેજ અને હવે માહિમનો 'રચના ઍપાર્ટમેન્ટ્સ'માં ચોથે માળે આવેલો ધૂળની રજકણો વગરનો સ્વચ્છ સ્વચ્છ સુગંધથી ભરેલો પોતાનો, માત્ર પોતાનો અને સુબંધુનો ફ્લૅટ. એ સિવાયની બીજી દુનિયા મૃદુ માટે બૅકગ્રાઉન્ડમાં સાવ ઝાંખીઝાંખી પડેલી છે. દૂધના ભાવમાં કેટલી વધઘટ થઈ કે થવાની છે, શાકભાજી ને અનાજના ભાવ શું છે, કયો વેપારી લુચ્ચો છે અને કયો વેપારી પ્રમાણિક છે, પોતાના અને સુબંધુનાં કયાંકયાં સગાં ક્યાં રહે છે, શું કરે છે, દરેક સાથેના સંબંધમાં ક્યાં સમીપતા છે ને ક્યાં દૂરતા છે. એવીએવી અનેક નાનીમોટી વિગતોથી મૃદુનું મગજ ખીચોખીચ ભરેલું છે એ સુબંધુ બરોબર જાણે છે. પરંતુ મુંબઈ શહેરમાં સ્લમ્સના લોકોનું જીવન કેવું છે, દેશમાં કેટલી બેકારી છે, દેશના અર્થતંત્રની શી હાલત છે કે આ દેશમાં હિંદુમુસલમાન સંબંધો કેમ કથળેલા રહે છે એવી-એવી વાતોમાં મૃદુને રસ નથી. ઘણી વખત સુબંધુ એવી કોઈક વાત ઉખેડે અને થોડી વારમાં મૃદુ બગાસે ચડી જાય. સ્લમ્સની વાત સાંભળતાં કંઈક હલકી ને ગંદી ન સાંભળવા જેવી વાત પોતે સાંભળે છે એવો અણગમો એના મોઢા પર ચીતરાઈ જાય.

એટલે સુબંધુ દોશીને ગળા સુધી ખાતરી છે કે મૃદુ એક સંસ્કારી માતાપિતાની સંસ્કારી પુત્રી છે. પતિના સુખે સુખી અને અને દુઃખે દુઃખી બનનારી સ્ત્રી છે, પતિની ભ્રમણકક્ષાની બહાર એનું કોઈ વિશ્વ નથી.

સાંજે પોણાપાંચે મિ. દોશી પોતાની કેબિનમાં કામમાં એટલો જ વ્યસ્ત છે. આજે પોતાના મનને સહેજ પણ નવરું ન પડવા દેવાનો એણે નિર્ણય કર્યો છે. એને ખબર છે, મન સહેજ પણ નવરું પડશે એટલે જાહ્નવિકામાં અટવાશે. ગઈ કાલના જીર્ણ બંગલાની ભેજવાળી હવામાં ગૂંગળાશે. જૂહુના કિનારે જઈ પહોંચશે અને જાહ્નવિકાની આંખોમાં, એના કાનમાં, નાકમાં, મોઢામાં રેતી ભરી દેશે પછી બે પગથી ઢસડી સમુદ્રના ખારા જળમાં ડુબાડશે.

આજે ત્રીજી વખત બહારના ફોનની રિંગ રણકી. સુનીતિ શાહનો ગળે વળગતો અવાજ સુબંધુના શરીરમાં ફેલાય છે અને મગજની તંગ ખેંચાયેલી પણછ એકદમ ઢીલી પડી જાય છે.

'સુબંધુ, છ વાગ્યે શાર્પ મેટ્રો પર ચાલ્યો આવ. ફાઇન મૂવી છે.'

'કેટલા દિવસે પાછો સુબંધુ દોશી યાદ આવ્યો? સુનીતિ શાહને યાદ આવે ત્યારે જ સુબંધુ દોશી એના જીવનમાં અસ્તિત્વ ધરાવે છે. તારે માટે સુબંધુ દોશી એક પદાર્થ છે. એને ફાવે ત્યારે ખરીદી શકાય, ફાવે ત્યારે વાપરી શકાય. ફાવે ત્યારે ફેંકી શકાય.'

'વળી તારી અઘરી ભાષામાં બકબક કરવા માંડી તેં? તને ખબર છે ને મને આવી ગંભીરગંભીર ભાષાની ચીડ છે! હું પોણા છએ મેટ્રોની ઈરાની હોટલમાં કૉફી પીઈશ. તારે પીવી હોય તો વહેલો આવજે.'

'ઓહ, સુની તું માફ કર. હું આજે જ તને યાદ આવ્યો! આજે નહીં. સાસરીમાં ઍપૉઇન્ટમૅન્ટ આપી છે. તું જાણે છે ને કે સાસરીની ઍપૉઇન્ટમૅન્ટ કેટલી મહત્ત્વની હોય છે?

'તું બૈરીભીરુ નહીં મટવાનો. ચાલ બહાનું કાઢી દે ગમે તે. તારે સેલ્સમૅનને અને તેય પ્રાઇવેટ કંપનીના સેલ્સમૅનને પચીસ કામ એકાએક નીકળી પડે. એકાદ સરસ ગળે ઊતરે એવું કામ શોધી કાઢ અને પકડાવી દે તારાં સસરા-બૈરીને. એક ઇન્ટરેસ્ટિંગ વાત કહેવાની છે તને.'

'અરે, શું એકશ્વાસે બોલ્યા કરે છે! મારી વાત સાંભળ તું સુની. આજે અશક્ય.'

'આવી પોચીપોચી વાતો મારી પાસે નહીં, આજે છ વાગ્યે મોડામાં મોડું તારે મેટ્રો પર આવવાનું છે. કૉફી પીવી હોય તો પોણા છએ. No argument.'

'પ્લીઝ સુની, આજ...'

સામેથી ફોન મુકાઈ જાય છે. સુબંધુ દોશી સુનીતિ શાહને રિઝર્વ બૅન્ક પર ફોન જોડે છે. એન્ગેજ. ફરી ફોન જોડે છે. એન્ગેજ. રિસીવર જોરથી સ્ટૅન્ડ પર દબાવીને ખુરસીમાંથી ઊભો થાય છે. 'તારી બળજબરીને તાબે નહીં થાઉં, સુની.'

ધસધસતી ધૂળધૂળના વંટોળ વચ્ચે વીખરિત કેશા, અટ્ટહાસી, રિઝર્વ બૅન્કની આસિસ્ટન્ટ એકાઉન્ટન્ટ, બૅન્ક યુનિયનની લીડર, દસેક વર્ષ પૂર્વેની ઇન્ટર સાયન્સની ક્લાસમેટ, ટેબલટેનિસ પાર્ટનર, કડક કૉફીની ગંધ જેવી સુનીતિ શાહ સુબંધુની સામે હવામાં ઊછળે છે.

મૃદાંગના સાથેનાં લગ્ન પછી સુનીતિ શાહ સાથેના સુબંધુનો સંબંધ નદીના ઉનાળુ પ્રવાહ જેવો સાવ ક્ષીણ બની ગયેલો. થોડો વખત તો જાણે સુનીતિ એના જીવનમાંથી લુપ્ત બની ગઈ; પરંતુ દોઢેક વર્ષથી ભીતર વહેતું જળ ક્યાંક પોલાણ મળતાં એકાએક બહાર ફૂટી નીકળે એમ સુનીતિ જોડેનો સંબંધ ફરી પાછો શરૂ થઈ ગયો છે. સૂર્યતાપ છે. રેતીથી તપ્ત તપ્ત સૂકી નદી છે, વૃક્ષો વગરની, પક્ષીઓ વગરની. ત્યાં ક્યાંથી ફૂટી નીકળ્યું છે ઊંડાણોમાં વહેતું જળ. સૂર્યતાપમાં તપ્ત બનેલું જળ. ઉષ્ણ આકાશે છલંગવા છલછલતું જળ.

કોણે સુની જોડે ફરી વહેતો કર્યો સંબંધ? મેં? સુનીએ? સુબંધુ અનિશ્ચિત છે.

સાંજે સાડા સાતે બોરીવલીમાં મંડપેશ્વર રોડ પર આવેલા ૨૧ કુલકર્ણી પાર્કના ફ્લૅટમાં સુબંધુ દોશી મનમોહન શાહ સાથે વાતોના ગુબ્બારા ઉડાવે છે. શ્વેતકેશી, વાતોમાં વચ્ચે વચ્ચે હાસ્ય નુસખા ઘુસાડી વાતાવરણને લીલુંલીલું રાખવાની મથામણ કરતા, વખતોવખત ખૂબ હસવા જેવી વાત સાંભળી હોય એમ હો હો હોના અટ્ટહાસ્યથી આખા ફ્લૅટને ભરી દેતા મનમોહન શાહ એમના વહાલા જમાઈ સુબંધુરાય દોશી જોડે વાતો કરે છે. સુબંધુરાય દોશી ખૂબ શિષ્ટ ભાષામાં મજાની મજાની રસગુલ્લા જેવી વાતો કરે છે. મનમોહન શાહ સુખી છે. એમનાં પત્ની સુખી છે. મૃદાંગના સુખી છે. કલ્પનાતીત સુખી છે. બીજો જમાઈ પણ જાણે બીજા દીકરા જેવો છે અને બે જમાઈઓને શુભ પગલે ત્રીજો જમાઈ પણ ત્રીજા દીકરા જેવો મળવાનાં શુભ એંધાણ એમને જ્યોતિષી પાસેથી

સાંપડ્યાં છે. 'માણસ પ્રારબ્ધથી સુખી છે, સુબંધુરાય, પ્રારબ્ધથી. ચાર દીકરીએય પ્રારબ્ધે મને સુખ જ આપ્યું છે. પ્રારબ્ધ મોટી ચીજ છે.' સુબંધુ દોશી મિષ્ટ ભોજનની માફક પ્રસન્નતાપૂર્વક આ પ્રશંસાને આરોગે છે.

સ્વાદિષ્ટ ભોજન પછી સુબંધુરાય એમનાં વીસ વર્ષનાં સાળી સુનયનાને બૅગમાંથી નાઝિયા હસનની ડિસ્કો રેકર્ડ બૅગમાંથી કાઢી સ્ટીરિયો પર મૂકવા માટે કહે છે. સુનયનાની આંખો કોઈ આદિવાસી કન્યા પહેલી વાર મોટરકાર જુએ એમ આ રેકર્ડને જુએ છે. રસોડામાંથી બહાર આવતી પોતાની બા તરફ અસહાય નજર ફેંકે છે અને સ્ટીરિયો તરફ વળે છે.

મનમોહન શાહ અને એમનાં પત્નીને સુરંગો ફૂટવાના અવાજ સંભળાય છે. મૃદુનાં સાગસોટા રૂપાળાં બા બેડરૂમમાંથી રસોડામાં, રસોડામાંથી ડ્રોઇંગ રૂમમાં, ડ્રોઇંગરૂમમાંથી બેડરૂમમાં ઘાંઘી ચકલીની જેમ ઊડ્યા કરે છે. મનમોહન શાહ ડ્રોઇંગરૂમની બારીમાંથી બહાર તટસ્થ માનવીનો ડોળ કરી જુએ છે. મનમોહન શાહનાં પત્ની બેત્રણ વખત રસોડામાં કામની છેલ્લી વિધિ પતાવતી મૃદુ પાસે જઈ, 'સુબંધુરાયને આવાં ગીત શું ગમતાં હશે?' એમ બોલતાં એના કાનમાં તણખલાં ઘાલે છે.

મૃદુ જવાબ આપ્યા વગર સિન્ક ધોવાનું ચાલુ રાખે છે.

રાત્રે દસ વાગ્યે ફર્સ્ટ ક્લાસના લગભગ ખાલી કમ્પાર્ટમેન્ટમાં મૃદુના શરીરને સ્પર્શ કરીને સુબંધુ બેસે છે. મૃદુના ચહેરા પર શિખામણનો ભાવ છે.

'તમારે આવી રેકર્ડ ઘરે લાવીને વગાડવી.'

'તારું ઘર એ શું?'

'બાપુજીને આવું નથી ગમતું.'

મૌન બની સુબંધુ બારીની બહાર ઝડપથી પસાર થતાં લાઇટથી ઝળાંઝળાં થતાં મકાનો નિહાળે છે. દરેક મકાનમાં એકસરખો પ્રકાશ છે. એક જ દિશાએથી આવતો, એક જ તારમાંથી પસાર થતો પ્રકાશ. દરેક માનવી અજવાળીને બેસે છે પોતાનું ઘર એ પ્રકાશમાં. મૃદુનો કોમળશીત સ્પર્શ થાય છે સુબંધુને.

આજે જ તેં ફોન કર્યો મને! સુબંધુ સુનીતિ પર મનમાં અકળાય છે.

'કેમ બોલતા નથી? ખોટું લાગ્યું?' એની બધી કોમળતા સ્વચ્છતા, પવિત્રતા, ભીનાશ સાથે મૃદુ સુબંધુના શરીરમાં પ્રવેશે છે.

ઘરે ગયા પછી સુબંધુએ 'ડિસ્કો દીવાને' રેકર્ડ ફરીફરીને વગાડ્યા કરી. દીવાન પર પાતળી મુલાયમ રજાઈ ઓઢી સૂતેલી, છૂટા કરી નાખેલા કેશવાળી, કંઈક રિસાળ સ્મિતમુદ્રાવાળી, મૃદુ સોફા પર બેઠેલા સુબંધુના શરીર પર પ્રસરે છે. એક વખત, બે વખત, ત્રણ વખત દરેક વખતે રેકર્ડ ફરી મૂકતાં પહેલાં સુબંધુ મૃદુ સામે ત્રાટક કરી લે છે. સવાબારે પંદરમી વખત સુબંધુએ સ્ટીરિયો પર રેકર્ડ મૂકી ત્યારે ખડખડાટ હાસ્યથી રૂમને ગજવતા સુબંધુની સામે રડી ઊઠેલી મૃદુએ જોરથી સ્ટીરિયોની પિન ખસેડી લાઇટ સ્વિચ ઑફ કરી દીધી.

'તું શેતાન બની જાય છે ક્યારેક તો, સુ!'

'મારે જોવું હતું મનમોહન શાહનાં સંસ્કારી સુશીલ સુપુત્રી નાઝિયા હસનને ક્યાં સુધી સહન કરી શકે છે!'

'છટ્ ખરેખર તમે નફ્ફટ છો.'

*

શાન્તિપ્રસાદ ભટ્ટ સાંજે છ વાગ્યા સુધી કેબિનમાં બેઠા. કામ ભલે ઓછું કર્યું પરંતુ ઑફિસ વહેલી છોડવાની તો એમને જરાય ઇચ્છા ન હતી. ઑફિસમાંથી બહાર નીકળ્યા ત્યારે છાતીમાં ખાટા ઓડકાર આવ્યા. આજે હજી ખાવાનું પચ્યું નથી. માથું ભારે છે. સંભાળીને ચારે તરફ જોઈને શાન્તિપ્રસાદ રસ્તો ઓળંગે છે. ચારે તરફ માનવીઓની ઘોંઘાટહીન ઉતાવળી ચહલપહલ. તેઓ ચર્ચગેટ સ્ટેશન તરફ આગળ વધે છે. ગ્રીન સિગ્નલની રાહ જોતી અધીરી મેદનીની વચ્ચે ઊભા રહે છે. રાજાબાઈ ટાવર પરથી અસ્ત પામતા સૂર્યનો છેલ્લો પ્રકાશ ઝાંખો બનવા લાગ્યો છે. પાછળથી સહેજ અવાજ, પગનો હાથનો એક ઠેલો અને ત્રણચાર માનવીઓ શાન્તિપ્રસાદ તરફ જોઈ કંઈક બબડતા ને લશ્કરી કદમ ભરતાં આગળ વધી જાય છે. ચારેયનાં શરીર પર પરસેવાની ગંધથી ભરેલાં ડર્ટીકૉલર ખમીસ છે. શાન્તિપ્રસાદ શરીરમાં જોમ આણી ગતિ વધારે છે. અનેક માનવટોળાં પોતાનાં મોંમાં ઓરતું કાળભક્ષી પ્રાણી જેવું ચર્ચગેટ સ્ટેશન સામે ઊભું છે. વીરાર ડબલફાસ્ટ ટ્રેનમાં જગ્યા મેળવવા પ્લૅટફૉર્મ ચાર પર શાન્તિપ્રસાદ ઊભા છે. પ્લૅટફૉર્મ પર આવતી ટ્રેનના એક દરવાજાનું હેન્ડલ પકડી ઝડપથી

અંદર ચડવા જાય છે ત્યાં ધક્કો મારી એક માણસ અંદર ઘૂસી જાય છે. બે દરવાજા પસાર થઈ જાય છે, અને ત્રીજા દરવાજામાંથી તેઓ અંદર ચડે છે. એક સીટ પર ત્રીજા સ્થાને ગોઠવાય છે. એક કલાક ઊભા રહેવામાંથી મુક્તિ મળી એની હાશ મોઢા પર પથરાય છે. પીઠ બૅકને અઢેલી માથું ટેકવી આંખો મીંચી બૅગમાંથી કાઢેલી માળાના મણકા ધીમેધીમે ફેરવવાની શરૂઆત કરે છે. ઘડીક સવિતાનું ફૂંગરાયેલા નાકવાળું મોં, ઘડીક તેમના જેવો ઠીંગણો એકવડો આંખમાં કોઈ અજ્ઞાત ડર ભરીને બેઠેલો નિરંજન, ઘડીક વંટોળ જેવો કંપનીમાં ઘૂમરાતો દોશી, ઘડીક સવિતાએ નિરંજન માટે પસંદ કરેલી છોકરી આંખ સામે આવે છે. છોકરી સવિતાને પસંદ છે, એટલે દરેકને પસંદ પડવી જોઈએ. છોકરી સવિતાના સગપણમાં છે, એટલે દેખાવડી છે, એટલે સુશીલ છે, એટલે નિરંજન માટે દરેક પ્રકારે લાયક છે. કોણ ના પાડી શકે સવિને કે આ છોકરી નિરંજનને અનુકૂળ નહીં આવે! એની આંખના ઉલાળા, ટાપટીપ, નખરાં! આ ભોળોભટ્ટ છોકરો આખી જિંદગી એને ખભે લટકીને ફરશે. પિતા, તમે પૂરા મક્કમ રહો તો કેવું સારું! પિતા એક મોટી આડશ છે. એની પાછળ છુપાઈને સવલી પર પ્રહારો કરી શકાય. આ એક બાબતમાં, બસ આ એક બાબતમાં સવલીનું ધાર્યું ન થાય તો પ્રકાશ પ્રકાશ, આનંદ ઝકઝોર...

શાન્તિપ્રસાદ ભટ્ટ ઘરમાં પગ મૂકે છે બૅગમાંથી ચાવી કાઢીને. સવિતા ગઈ છે પાડોશણ જોડે સિનેમા જોવા. સિનેમામાં અમિતાભ હીરો છે એની શાન્તિપ્રસાદને ખબર છે અને અમિતાભનો દરેક સિનેમા એક વખત અને ક્યારેક બે વખત કે ત્રણ વખત પણ સવિતા અચૂક જોવાની એની પણ એમને ખબર છે. કથાવાર્તા તરફ વળેલા શાન્તિપ્રસાદે સિનેમા જોવાના ખૂબ ઓછા કરી નાખ્યા છે હવે, એટલે બિચારી સવિતા પાડોશણનો સંગાથ ન શોધે તો કોનો શોધે ? શાન્તિપ્રસાદ ગૅલરીમાં આવીને ઊભા રહે છે. ચારેબાજુથી આવતો પ્રકાશ અંધકારને પાછો ફેંકી દે છે. ઘરમાં આવી ટેબલ પર ઢાંકેલાં સવારનાં રોટલી-શાક અને દૂધ ખોલીને જુએ છે. રોટલીશાક એમ જ ઢાંકેલાં રાખી દૂધ પી લે છે. ઘરને તાળું મારે છે અને જાનીને ઘરે જઈને બેસે છે. તેમણે એક વાત મનમાં નક્કી કરી રાખી છે કે સવિતાને ડેપ્યુટી સેલ્સ મૅનેજરની પોસ્ટ વિશે વાત ન કરવી, કારણ કે એનું પરિણામ શાન્તિપ્રસાદને ખબર છે. એ પોસ્ટ પર ક્યારે પ્રમોશન મળશે અને એમાં શું મુશ્કેલી છે, એ મુશ્કેલીઓ કેમ દૂર કરવી. એ

મુશ્કેલીઓ દૂર કરવા રોજ શું કર્યું, ખલાસ, પૂછીને ગંધ કાઢે એની એમને ખબર છે. સવિ આ બાબતમાં ખૂબ ઊંડો રસ પણ લે એનીય એમને ખબર છે. પોતાના પતિને પ્રમોશન મળે, એનાથી પગાર વધે, મોભો વધે એવું કઈ પતિવ્રતા સ્ત્રીને ન ગમે? પણ આ ઢીલાપોચા શાન્તિપ્રસાદને પ્રમોશનમાં જ રસ ન હોય તેનું શું? સવિને કહે તો અજંપો જાગે ને? તો રોજ પૂછે ને? તો રોજ જવાબ આપવો પડે ને? નાહકની એ જંજાળ કોણ વહોરે?

રાત્રે ઘરે આવીને સવિતા તરડાય છે,

‘તો શું મારે સિનેમા જોવા ન જવું? ક્યારેક સવારનું ખાઈ લેવું પડે. રોજ તો નથી ખવડાવતી સવારનું? આટલી ઉંમરે આ શી વળી રિસાવાની ટેવ?’

‘એવું કંઈ નથી.’ શાન્તિપ્રસાદ કપાળે હાથ પછાડે છે, ‘તું સમજ. ખાવાની રુચિ જ ન હોય તો ખાઉં કેવી રીતે?’

‘આટલી ઉંમરેય હજી તમે જૂઠ્ઠું બોલવાના?’

‘હે શિવ, હે શિવ, હે શિવ’ બોલતાં શાન્તિપ્રસાદ કંઈ જવાબ આપ્યા વગર પથારીમાં પડે છે અને મોડી રાત સુધી પડખાં ફેરવતાં પડી રહે છે.

૫

યુ. પી., આન્ધ્ર અને બિહારમાં ક્લેયમેન્ટ ઍન્ડ કંપનીના પંખાનું કોઈ માર્કેટ નથી એ વાત સહુથી પહેલી પોતે કંપનીના ડિરેક્ટરોના ધ્યાન પર લાવ્યો એમ મગરૂરીપૂર્વક મિ. દોશી બીજા ડિપાર્ટમેન્ટના યુવાન એક્ઝિક્યૂટિવ પાસે કહે છે અને એની આ વાત સાંભળી એ બધા હળવુંહળવું સ્મિત કરી જવાબ આપે છે.

સેલ્સ મૅનેજર કિશોરીલાલ ગુપ્તાને કુલકર્ણીને માર્કેટના વિસ્તાર માટે નાછૂટકે મોકલવો પડે છે. 'પિંગેને મોકલવાના છે. કુલકર્ણીમાં કોઈ આવડત નથી.' એમણે મિ. દોશીએ સૂચવેલા નામ પર ચોકડી મારી દીધેલી; પરંતુ કુલકર્ણીને મોકલવા માટે એમને સંમતિ આપવી પડી. પિંગે બીમાર પડી ગયો અને પેસ્તનજીને એની સાળીનાં લગ્ન હતાં.

કુલકર્ણીને મંજૂરી આપતી ફાઇલ પર સહી કરતાં કિશોરીલાલ ગુપ્તાની પેનની સ્ટીલ પહોળી થઈ ગઈ. દોશીના બચ્ચાને મનમાં ને મનમાં એકબે ગાળ દાંત ભીંસીને આપી દીધી. કિશોરીલાલ ગુપ્તા તો સંકોચ વગર કહે છે, અરે ભાઈ, ગાલી તો ગુસ્સાન કાઢવાનો અચ્છો આઉટલેટ છે. મારું ચાલે તો મુંબઈ

ક્યાં છે ઘર? • ૪૯

શહેરમાં દરેકને જાહેરમાં ગાલી બોલવાની છૂટ આપું. ટેન્શનમાંથી છૂટવા ગાલી અચ્છો માર્ગ છે. સાલા કોઈને બી. પી. વધે જ નહીં. મિ. ભટ્ટ માનતા નથી અમારી બાત. એકદમ એમના બી. પી. ડાઉન થઈ જાય. પણ સાલા આપણા કોઈ સાંભળતા જ નથી! આ સ્મિતવાલા પૉલિશ્ડ લૅંગ્વેજ નકામાં છે.

'મોકલો. કુલકર્ણીને મોકલો. અરે ભાઈ, વીસ વરસથી મહેનત કરીને થાકી ગયો છું, યુ. પી. બિહારમાં. આ દોશીના બચ્ચા સ્કૂલમાં યુ. પી.ના નકશા જોતા હતા ત્યારથી. એને આજે બ્રહ્મજ્ઞાન થઈ ગયા. યુ. પી. બિહારમાં માર્કેટ નથી! મોકલો, કંપની પાસે ટી.એ.ડી.એ.ના પૈસા બહુત છે.'

*

મિ. ભટ્ટ ઘરે જાય એટલે ઑફિસને ભૂલી જાય છે. અલબત્ત ઑફિસમાં એમની હાજરી નિયમિત હોય, બીજા કરતાં વધારે. હમણાં જ જુઓને બીમાર હતા, ડૉ. શિનોયે આરામ કરવાની સલાહ આપી, પરંતુ મિ. ભટ્ટ ઘરે આરામ કરતા જ નથી. ઑફિસે આવે જ અને તોય ખૂબી એ કે ઑફિસ છોડે એની સાથે ઑફિસની જંજાળ પણ મનમાંથી છૂટી જાય. ભાગ્યે જ ઑફિસના કોઈ પ્રશ્ને મિ. ભટ્ટને ઘરે સતાવ્યા હોય. હમણાંહમણાં ઑફિસની બહાર મિ. દોશી એમને ક્યારેક સતાવી જાય છે, પરંતુ એ તો જાણે કીડી ચટકો ભરી ગઈ હોય એટલું જ. પણ ઘરેથી ઑફિસે આવે ત્યારે મિ. ભટ્ટ ઘરને ભૂલી શકતા નથી. મહેનત તો ઘણી કરે. જીવનની લોલુપતા છોડી દેવાનોય, ધાર્મિક પ્રવચનો સાંભળીસાંભળી, મનમાં સંકલ્પ કરે, પણ નિષ્ફળ જાય. આખી રાત પીઠ ફેરવીને સૂઈ ગયેલી સવિ ક્યારેક મનમાં સમજી હોય. સવિએ નાનીનાની વાતમાં 'સમજો નહીં ને શું બોલબોલ કરતા હશો,' એમ કહીને ઉતારી પાડ્યા હોય. પોતાને ભાવતું ન હોય એવું શાક ધરાર બનાવ્યું હોય અને શાન્તિપ્રસાદ ઓછું ખાય એટલે સવિતાએ છણકા કરવા માંડ્યા હોય. આવી તો ઘણી ઝીણીઝીણી વસ્તુઓ ઑફિસના કામ દરમિયાન મિ. ભટ્ટને ખૂંચ્યા કરે છે. આવું તો ઘણા વખતથી બનતું આવ્યું છે. કંઈ આજનું નથી. પરંતુ પહેલાં તો શાન્તિપ્રસાદ બધું ભૂલી જતા. હસીહસીને બધું મનમાંથી ધોઈ નાખતા. પણ હવે એ ઉપાય ઝાઝો કારગત નીવડતો નથી. ઘરમાં બનેલી દરેકેદરેક વિગત મનમાં ખૂંચ્યા કરે છે. ઘરે તો સ્મિત કરીને બધું ઓગાળી નાખ્યા કરે પણ ઘરની બહાર નીકળે, એકલા પડે એટલે તરત ઘરની બાબતો મન પર ચડી બેસે. અને શાન્તિપ્રસાદ ઑફિસ,

ઑફિસનું કામ પણ ભૂલી જાય. કેબિનમાં બેઠા હોય. ફાઇલમાં મોં નાખીને બેઠા હોય પણ કામની થપ્પી ટેબલ પર વધતી જતી હોય. વધેલી થપ્પી જોઈને ચિંતિત બની કામની ઝડપ વધારે. કેટલાક કાગળ પર વાંચ્યા વગર સહી કરી દે... અર્ધાપર્ધા સમજી કેટલાક પર સહી કરી દે. સહી કરી હોય એ કાગળ ક્યારેક એકદમ ઉઘાડીને અચાનક ફરી વાંચે. મોકલાવી દીધેલો કાગળ ફરી મંગાવીને વાંચે.

આમ તો શાન્તિપ્રસાદે દેસાઈને બીજા ઑફિસરોને કહ્યું જ છે કે એમને ડે. સેલ્સ મૅનેજર બનવામાં રસ નથી અને ખરેખર શાન્તિપ્રસાદની એ વાત સાવ ખોટી હતી એમ પણ નહીં. કોને માટે આ બધી જંજાળ? પરંતુ આ વિચાર સાવ સાચો પણ ન હતો. ઑફિસમાં આવે, ઑફિસના વાતાવરણમાં ગૂંથાય એટલે ડે. સેલ્સ મૅનેજર માટે મન સળવળી ઊઠે. પાતળો, ઊંચો, સ્વચ્છ કાપેલી દાઢીવાળો, ડિરેક્ટર, જનરલ મૅનેજર સાથે હસ્તધૂનન કરતો, સ્મિત ચમકાવતો દોશી આંખ સામે રમ્યા કરે અને એક ઊંડો અજંપો મનમાં જાગી ઊઠે. બેચાર વખત ફોનથી એમણે સાચી હકીકત જાણવા માટે મથામણ કરી, પરંતુ ક્યાંયથી સ્પષ્ટ ખ્યાલ આવતો ન હતો કે ખરેખર ડે. સેલ્સ મૅનેજરની નવી પોસ્ટ ઊભી થવાની છે કે નહીં. દેસાઈ કહ્યા કરે છે. ગમે તેવી ગુપ્ત વાત દેસાઈ સૂંઘી લાવે પહેલેથી અને એ સાચી જ નીકળે. મિ. ભટ્ટને એ વાતની ખબર છે. કોઈ સ્પષ્ટ હા પણ નથી પાડતું, સ્પષ્ટ ના પણ નથી પાડતું. એટલે મિ. ભટ્ટ મનમાં વિશેષ ગૂંચવાય છે, વિશેષ ચૂંથાય છે.

મિ. દેસાઈનો ફોન આવે છે, 'ભટ્ટભાઈ, તમારા પડોશીએ ડિરેક્ટરને, જનરલ મૅનેજરને પુરોહિતમાં પાર્ટી આપી. ખબર છે કંઈ? ચેતો. પાર્ટી ગોઠવો. મૂંઝાશો નહીં. વિચારશો નહીં. પૈસા કાંકરા સમજી ફેંકી દો. આપી દો સત્કારમાં એક પાર્ટી. કારણ શોધી કાઢો તમારા જન્મદિવસનું, તમારાં પત્નીના જન્મદિવસનું કંઈ પણ.'

'અરે ભઈ, તું આટલો ચિંતા કેમ કરે છે? પોસ્ટ ઊભી થવાનું કંઈ નક્કી જ નથી.'

'અરે મારા ભલા ભટ્ટભાઈ, રખે એ વિશ્વાસે રહેતા. પોસ્ટ ઊભીય થશે અને પુરાઈ પણ જશે. તમને મારી વાત પર વિશ્વાસ નથી?'

'છે ભાઈ છે. તમે તો મને સમાચાર આપ્યા. તમે તો મિત્ર છો.'

'આ કંપનીમાં થઈ ગયું તે થઈ ગયું. હવે કોઈ અન્યાય ન થાય એ માટે આપણે જાગવાનું છે. નહીંતર આજે પિંગેને હૉસ્પિટલમાં દાખલ કર્યો. કાલે આપણે બધાએ દાખલ થવું પડશે. એ અટકાવવાનું છે, આપણે અટકાવવાનું છે. એક થઈને અટકાવવાનું છે.'

'ભાઈ, બધુંય સમજું છું. તમારા મનમાં સારા વિચારો જ છે.'

મિ. દેસાઈ ફોન મૂકીને હોઠ ચાવે છે. મિ. ભટ્ટ પર ક્રોધે ભરાય છે. સાવ ઢીલા છે. મિ. કિશોરીલાલ ગુપ્તાને ફોન જોડે છે.

'હેલો ગુપ્તાસાહેબ, હું દેસાઈ.'

'અરે બોલો, ભાઈ, બોલો. તમે પર્સોનેલ ડિપાર્ટમેન્ટવાળા બહુ મોંઘા થઈ ગયા છો. મળતા જ નથી. શું ગરબડ ચલાવો છો, અમને કહેજો ભાઈ! અમે તો આ કંપનીમાં હવે નવા માણસ થઈ ગયા છીએ. સાલા કોઈ સલાહ જ નથી પૂછતા! સાલા કોઈ માહિતી જ નથી આપતા!'

'એની જ દવા કરવાની છે, ગુપ્તાસાહેબ. બધા ઑફિસર એક મેમોરન્ડમ આપીએ કંપનીને કે સિનિયૉરિટી પ્રમાણે પ્રમોશન આપો.'

'અરે ભાઈ, તમારા વિચાર તો બહુ અચ્છા છે. હું તો કેટલાં વરસથી કહેતો હતો કે ભાઈ સિનિયૉરિટી દેખો, સિનિયૉરિટી દેખો. પણ સાલા સબકો એફિશિયન્સી જોઈએ, અરે કઈ ફૂટપટ્ટી છે એફિશિયન્સી માપવાની, ભાઈ?'

'તમારો સહકાર જોઈએ.'

'જરૂર ભાઈ જરૂર.

અને ક્લેયમેન્ટ ઍન્ડ કંપનીના ઑફિસર બે જૂથમાં વહેંચાઈ જાય છે. મિ. સુથાર, મિ. રંગટા, મિ. પરાંજપે સહી કરવાની ના પાડે છે. મિ. દોશી સહી કરવાની ના જ પાડશે એની દરેકને ગળા સુધી ખાતરી છે, પરંતુ દેસાઈ ને સુથાર બંને આંચકો ખાઈ જાય છે. મિ. દોશી એક ક્ષણનો પણ વિચાર કર્યા વગર સહી કરવાના હા પાડી દે છે. મિ. દેસાઈને જાણે કોઈએ જોરથી તમાચો મારી દીધો છે. 'દોશીડાએ સહી કરવાની હા પાડી!' દેસાઈ એ ચાલની પાછળ રહેલા ઊંડા અર્થને પામવા મથે છે. મિ. સુથાર પોતાના ને રંગટાના ને પરાંજપેના મગજને ચારેબાજુથી ખોતરી નાખે છે, પણ એ ધૂર્ત દોશીનો બચ્ચો એમને ન સમજાયો તે ન જ સમજાયો.

મિ. ભટ્ટને આ સમાચાર મળે છે એટલે દોશીએ પાર્ટી આપી એ દેસાઈએ આપેલી માહિતી સાવ ખોટી લાગે છે. મિ. દોશી ભલો માણસ છે. નાહક દેસાઈ એનાથી વહેમાય છે. નાહક એના વિશે સાચીખોટી વાતોના પતંગ ચગાવે છે. પોતાની તબિયત અસ્વસ્થ થઈ ગઈ ત્યારે દોશીએ બધી મદદ કરેલી. પોતાનું ઘણું કામ એની પાસે લઈ લીધું. ચર્ચગેટ સ્ટેશન પર ટ્રેનમાં મૂકવા આવેલો. હંમેશ સવારે આવી તબિયતના સમાચાર પૂછે છે.

સાંજે મિ. ભટ્ટ ઘરે જવા નીકળે છે ત્યારે દેસાઈ ફરી યાદ દેવડાવે છે, 'ભટ્ટભાઈ, બપોરે મેં કહેલું તે યાદ છે ને?'

'પાર્ટી આપવાનું ને?'

રસ્તામાં થોડી વાર પાર્ટીની વાત મિ. ભટ્ટના મનમાં ઘોળાઈ અને પછી ભૂંસાઈ ગઈ. પાર્ટી આપે એટલે સવિને જાણ થાય. સવિને જાણ થાય પછી? શાન્તિપ્રસાદ ભટ્ટે આગળ વિચારવાનું બંધ કર્યું.

ઘરે પહોંચ્યા ત્યારે સવિતાએ બાપાનો પત્ર હાથમાં મૂક્યો અને પાર્ટીની વાત શાન્તિપ્રસાદ સાવ ભૂલી ગયા.

*

સાસરે જમીને આવ્યા પછીથી સુબંધુ દોશી કોણ જાણે કેમ હતો તેનાથીય વધુ બેચેન બની ગયો. ઑફિસમાં કામ કરતાં સતત જાહ્નવિકા આચાર્ય ને સુનીતિ સ્મૃતિમાં આવે. ચારપાંચ દિવસ થઈ ગયા. જાહ્નવિકાના કોઈ સમાચાર નથી. જાહ્નવિકા પોતાને ફોન કરશે, જરૂર કરશે. પોતે જાહ્નવિકાને ઓળખી ગયો છે. આજ નહીં તો કાલ, જાહ્નવિકાનો ફોન આવશે, પણ ફોન ન આવ્યો. આખરે સુબંધુએ હાથમાં ફોન ઉપાડ્યો. ડાયલ પર હાથ મુકાયો ને અટકી ગયો. સાંતાક્રુઝનું એ ગૂંગળાવતું ઘર, આસપાસ ઘૂમ્યા કરતી ચમકતી આંખોવાળી વૃદ્ધા. 'સેક્સથી સ્ત્રી પામી શકાતી નથી સુબંધુ.' કાળીકાળી રેખાઓથી લપેડાયેલો એ પોતાનો ચહેરો. હા હા હસે છે સુબંધુ. એકદમ ડાયલના નંબર ફેરવે છે સુબંધુ.

'હેલો, જયહિન્દ કૉલેજ! પ્રો. જાહ્નવિકા આચાર્યનું કામ છે.'

ત્રણચાર મિનિટમાં જાહ્નવિકાનો ધીમો પણ મૃદુ અવાજ કાન પર સંભળાય છે. એ અનુકંપાશીલ, એ વેદનાસિક્ત આંખો જોવી છે મારે તારી જાહ્નુ.

'હેલો જાહ્નવિકા, હું સુબંધુ દોશી.'

એકદમ સામેથી આવતો અવાજ જાણે અટકી ગયો છે. હવે ક્યારેય નહીં આવે એ અવાજ એવો થડકો સુબંધુને ઊપડે છે ને શમી જાય છે.

'શું કામ છે બોલો?'

'સ્લમ્સમાં જાઓ છો કે નહીં?'

'તમારે એની સાથે શું નિસ્બત?'

'બહુ ગુસ્સે છો?'

'મિ. સુબંધુ દોશી, તમારે કામ શું છે એ કહો.'

'તમને અનુકૂળ હોય તો સાડા પાંચે મારી ઑફિસ પર આવી શકો? સાથે પાલવા ફરવા જઈએ.'

ક્ષણવાર સામેથી અવાજ આવતો જાણે અટકી જાય છે. પછી ખૂબ ઊંડાણમાંથી જાણે આવતો હોય એમ આવે છે :

'સારું. આવું છું.'

સુબંધુ રિસીવર નીચે મૂકી હળવો બની જાય છે. પાંચેક મિનિટમાં ફોનની રિંગ રણકે છે. સુનીતિનો અવાજ સુબંધુના કાનમાં ખિલખિલ કરતો ઊતરે છે.

'કેમ છે પત્નીભક્ત સુબંધુ દોશી આનંદમાં છે? આજે પત્નીને વચનથી બંધાયા છો કે પછી અમારે માટે ફાજલ છો?'

'મેં તને કેટલા ફોન જોડ્યા ત્રણ દિવસમાં ખબર છે? ત્રીસ. પૂરા ત્રીસ. દરેક વખતે એન્ગેજ. અને હવે, સુનીતિ શાહને સુબંધુ દોશી યાદ આવ્યા એટલે–'

'અહોહોહોહો સુબંધુ દોશીય સપડાયા ત્યારે અમારા ઍંગેજ ફોનમાં ? જવા દે. આ યુનિયન-લીડર થયા, સુબંધુ, એની મગજમારી. ફોન પર એક મિનિટ જંપ વળવા ન દે. નક્કી જ કરી નાખ્યું અમુક કલાક ફોન નીચે મૂકી રાખવો. સાંભળ, કહ્યું તને ખાનગીમાં. વી. આઈ. પી. રહ્યો ને! સવારે ૧૧થી ૧ સાંજે ૩થી ૪. ત્યારે સુનીતિ શાહ આપની તહેનાતમાં હાજર હશે.'

'ફાઇન! મુંબઈનાં યુનિયન લીડર્સ પોતાના કૉમરેડથી દૂર પણ નાસે છે ખરા! ઇન્ડિયન સામ્યવાદીઓ બધા!'

'તું કટાક્ષ કર. તને મૂડીવાદીને હું ઓળખું છું, આ ઘનચક્કર વર્કર્સને તું ઓળખતો નથી.'

'ના, ના હું ક્યાંથી ઓળખું? હું તો ભારતના ગામડાનો અભણ મજૂર ખરો ને!'

'ચાલ, મરવા દે. મારે અત્યારે તારી સાથે કોઈ ફિલસૂફીની વાત નથી કરવી, તું આજે છ વાગ્યે મેટ્રો પર આવે છે. નક્કી! ફાઇન મૂવી છે. બે દિવસ બાકી છે. તને ગમે એવું.'

'આજે નહીં, સુની! પાંચ વાગ્યે ઑફિસર્સ મિટિંગ છે. અગત્યની. કાલે ચોક્કસ.'

'પ્રોમિસ? જમવાનું મારી સાથે. પત્ની પાસેથી દરેક પ્રકારની રજા લઈ લેજે. પછી વેદિયો બનીશ તો તારી પતિવ્રતા પત્નીને એક આલીશાન પત્ર ચીતરીશ. બ્લૅકમેઇલિંગ, સુબંધુ દોશી બ્લૅકમેઇલિંગ હાહાહા. અચ્છા કાલે સાંજે.'

ટેબલટેનિસમાં ડબલ્સની પાર્ટનર. શૉટ બકઅપ સુબંધુ, તું ઢીલો પડે છે. પ્લેસિંગ કર. ક્વિક આહાહા ગ્રેટ ગ્રેટ સુબંધુ, કમાલ ડિયર, કમાલ, શ્વાસથી ધમધમતી રાતારાતા ગાલથી ઊભરાતી ગળે વળગતી સુની.

કેમ ન બની સુની સ્પૉર્ટ્સપ્લેયર? નહીં નહીં આ મુંબઈના મિલમાલિકોની લુચ્ચાઈ સામે હું લડવાની. માર્ક્સવાદ આ દેશમાં જોઈએ, સુબંધુ આ ઢીલાપોચકા દેશમાં કેમ કરીને લાવવો માર્ક્સવાદ. લાલલાલ લોહી જેવો માર્ક્સવાદ. જો એક વાર આવી જાય ને તો જોઈ લે મજા, પછી આ ધોતીવાળા અહિંસક ગઠિયાઓની. અને સુનીતિ યુનિયનલીડર બની ગઈ.

પાંચછ વર્ષ સુબંધુ તેજ ગતિ ધ્વનિ બનેલી એ યુનિયનલીડર સુનીતિ શાહથી છૂટો પડી ગયો. રોમાંચ અને માધુર્યની લીસીલીસી એક જિંદગીમાં ફરી આવ્યો. એમાં ઝબકોળાયો. ગૂંગળાયો. મુંબઈની એકબે કંપનીઓમાં કામ કરી મુંબઈના ઔદ્યોગિક વાતાવરણથી પરિચિત બન્યો. સુની પણ પાંચ વર્ષમાં શું બદલાઈ નથી? યુનિયનની પ્રવૃત્તિઓથી ઉબાતી દેખાય છે ક્યારેક. પણ એની ચબરાકી, એની મસ્તી, એની બેપરવાઈ એવાં જ રહ્યાં! એકબે વખત મશ્કરીમાં સુનીતિને તેણે પૂછેલું : 'સુની, માર્ક્સવાદ ક્યારે આવે છે?' સુની ઊછળી પડેલી, 'તમે યુવાનો બધા આ દેશના ત્રણમાંથી પોણાત્રણ મૂડીવાદી પાકો. મૂડીવાદીઓનું

પોપ્યુલેશન વધારો, તું ય સાલા મૂડીવાદી થઈ ગયો. બૉસની ચમચાગીરી કરતો થઈ ગયો. બોલ સાચું કહું છું ને?'

'ખુશામત ક્યાં નથી? આ દેશ ધર્મ પર નહીં, ખુશામત પર ટકેલો છે.'

'એટલે તું પણ ખુશામત કરે.'

'હાસ્તો. માનવી પરિસ્થિતિનો દાસ છે.'

'મૂડીવાદે જન્માવેલી એ ફિલસૂફી છે.'

હવે સુનીતિ કહે છે, 'સાલો સામ્યવાદે નકામો છે, તું કોઈ નવો વાદ શોધી કાઢ, સુબંધુ, બધા વાદ સાલા થોડા વખતમાં ડલ થઈ જાય છે.'

સુની કૉલેજમાં સાથે હતી ત્યારે અને પછી પણ સુબંધુના મનમાં વિચાર ઉદ્ભવેલો અને ઘણા વખત સુધી મનમાં ટકેલો, સુનીતિ જોડે લગ્ન કરવાનો. સુની મને હા પાડશે. એની મમ્મા પણ હા પાડશે. જરૂર હા પાડશે. પોતાનાં મમ્મી ને મોટા ભાઈ આ મૈત્રીસંબંધથી વિશેષ પરિચિત ન હતાં. કદાચ સુબંધુ ઇચ્છા રાખે તો વચ્ચે ન આવે. મોટા ભાઈ તો ખાસ. પરંતુ સુબંધુ પોતે જ એ વિચાર સાથે મનમાં ને મનમાં કોઈ અજ્ઞાત, ભયપ્રદ સ્થળમાં ધકેલાઈ ગયો હોય એમ અનુભવતો. ઝગઝગ તરવર તરવર સડસડ ભડભડભડ ચૂંથો લીરા ભડકા, આંખોને આંધળો બનાવી મૂકે એવો પ્રકાશપુંજ આંખો સામે પથરાઈ જતો, રક્તદાહક જ્વાળાઓ આખા અંગમાં ફેલાઈ જતી. અને સુબંધુ રોકાઈ ગયો.

સુબંધુએ લગ્ન કર્યાં. સુનીતિ લગ્નમાં નહીં આવે. હવે ક્યારેય પોતાને નહીં મળે, પણ સુની તો લગ્નમાં આવી. એવી જ ખુશખુશાલ, 'અભિનંદન અભિનંદન. તું બુર્ઝવા સોસાયટીમાં સેટ થવા માંડ્યો સુબંધુ.'

સુનીએ હજી લગ્ન નથી કર્યાં. અનેક પુરુષો સાથે ગમે ત્યાં રખડે છે. પણ છે એવી જ ખુશખુશાલ. એવી જ સદાબહાર. એવી જ અગનધોધ.

આજે પાંચ વર્ષના લગ્નજીવન પછી સુની હજી એવી જ ગમે છે. જરાય નથી ઘટ્યું એનું આકર્ષણ. શું નથી આપ્યું મૃદુએ? મૃદુ વગર એક પળ પણ ન રહી શકે એવી મિષ્ટ સુગંધ જેવી એ એના અંગેઅંગમાં વ્યાપી ગઈ છે. તો પણ તો પણ સુની માટેનું આકર્ષણ ઘટ્યું નથી. કેમ કેમ?

સુબંધુને સીધાસપાટ ચળકતા રસ્તાની આજુબાજુ રુચિર વળાંકો નજરે પડે છે. એની પૂરપાટ ગતિને રોકે છે. એને બેધ્યાન કરે છે. ક્યાં જાય છે આ

વળાંકો? કહેશે મને કોઈ સુજ્ઞજન! ટેકરાળા, પથરાળા, અભેદ્ય જંગલોમાં, અનંત પર્વતમાળાઓની વચ્ચે, ઘૂઘવતા સાગરના ઊંડા જળરાશિ તરફ? આ વળાંકો આકર્ષે છે મને. મારે જવું છે એ વળાંકો પર. શું છે ત્યાં? કેમ જાગ્યું છે અદમ્ય આકર્ષણ મને એનું? કયો અવાજ સંભળાય છે મને?

*

પાલવા પર કૃષ્ણવર્ણા બની ગયેલાં જળને તાકતાં સુબંધુ અને જાહ્નવિકા બેસી રહ્યાં છે.

'હું તમને દુઃખ પહોંચાડવા નહોતો માગતો.'

'હું પણ તમને દુઃખ પહોંચાડવા માગતી નહોતી.'

'અને છતાં આપણે પરસ્પર દુઃખ પહોંચાડ્યું છે.'

'કારણ કે કેટલીક બાબતો સમજાવી શકાય એવી નથી. માત્ર અનુભવી શકાય છે.'

'હું પણ એમ જ કહું છું.'

'પણ તમારી અનુભવવાની વાત ખૂબ ગંભીર છે, જોખમકારક છે.'

'હશે. પણ હું તમને કેમ સમજાવું? સામે જુઓ. ત્યાં દીવાદાંડી પર પ્રકાશ છે. ત્યાં સ્ટીમર પર પ્રકાશ છે. બંને પ્રકાશ છે, પણ બંને પ્રકાશ જુદા નથી લાગતા તમને? હું માત્ર પ્રકાશ નથી જોતો. એ પ્રકાશની પાર્શ્વભૂને પણ જોઉં છું. એ તારક અંધકાર, આસપાસ ઊછળતા સમુદ્રતરંગો, મંદ પવન, શીતળ પવન સ્ટીમરનો મત્સ્યઆકાર, શ્વેતરંગ, ફરફરતો ધ્વજ, દીવાદાંડીની ઊંચાઈ, આસપાસ રહેલા ખડક, દીવાદાંડીની જળસપાટી પર પડતાં પ્રતિબિંબ. કેટલું બધું એ પ્રકાશની આસપાસ અનુભવાય છે! મારી બધી ઇન્દ્રિયોથી એ અનુભવવાની મને ઇચ્છા થાય છે. મને બંને પ્રકાશ ગમે છે. મને એ પ્રકાશ અનુભવવાની ના ફરમાવવાનો તમને શું હક્ક છે? બોલો, જાહ્નવિકા બોલો?'

'False analogy છે એ, સુબંધુ, માનવીમાનવી વચ્ચેનો સંબંધ એનાથી ભિન્ન છે. માનવસંબંધની મર્યાદાઓ તમારે સ્વીકારવી રહી. એ મર્યાદા નહીં સ્વીકારો તો માનવસંબંધની ફાટ મોટી થશે. એ ફાટના અવકાશને શેનાથી ભરશો? નહીં ભરો તો એ ફાટ વચ્ચે ખોખલી હવાના સુસવાટા સંભળાશે. એ માનવસમાજને છિન્નભિન્ન કરી નાખશે.'

'માનવઅસ્તિત્વને નિશ્ચિત નીકોમાં નિયંત્રિત કરવાના એ પુરાણા ખ્યાલ છે. એની મને ભારી ગૂંગળામણ છે. હું તમને કેમ સમજાવું? જીવનને સંકોચો, નિયંત્રિત કરો, એ સડવા માંડશે. એમાં દુર્ગંધ પેદા થશે. આ ફિક્કા, નિસ્તેજ, ઊજડેલા, પુરુષાર્થહીન ચહેરાઓ કેટલા છે આપણી આસપાસ? કઈ માનવસભ્યતાએ એ ઊભા કર્યા? આ મુંબઈ શહેરમાં ખેલાતા અનેક સ્વાર્થપ્રપંચો કઈ સભ્યતાએ ઊભા કર્યા? માનવઅસ્તિત્વ નવા સમાજને ઝંખે છે.'

'તમારી સેક્સને મુક્તદોર આપે એવો સમાજ?' જાહ્નવિકા સહેજ સ્મિત કરે છે, 'બર્બરતા વશ કરવા માટે માનવીમાં રહેલા દૈવી અંશે માનવવ્યવહાર પર નિયંત્રણ મૂક્યાં. સમાજનું ઘડતર કર્યું.'

'હ હ હ હ સેક્સ! બર્બરતા! સમાજનું ઘડતર કરી માનવીએ એ વિકૃતિઓ દૂર કરી?'

'માનવજાતને શ્રદ્ધા છે.'

'મને શ્રદ્ધા નથી. નિયંત્રણથી મુક્ત એવા સમાજને હું ઝંખું છું.'

'એ સમાજ નહીં હોય, અનિયંત્રિત પશુઓનું જંગલ હશે.'

'અને અત્યારે? આ સામાજિક મનુષ્યોનું જંગલ છે! માનવવ્યક્તિત્વ નિયંત્રણોનાં ચોકઠાંમાં ગોઠવાય એવું સરળ નથી. સમાજનું ઘડતર કરનાર દરેક આ વાત ભૂલી ગયા છે. એક મનુષ્યનું વ્યક્તિત્વ તંતોતંત બીજા મનુષ્ય જેવું જોવા મળે છે? ના. તો પછી નિયંત્રણનું એક સર્વસામાન્ય ચોકઠું બધા માનવીઓને કેવી રીતે બંધબેસતું આવે? માનવી એ ચોકઠામાં તરફડવાનો જ.'

'હું તમને એક પ્રશ્ન પૂછું, સુબંધુ, માનવી સહઅસ્તિત્વ ઝંખે છે કે નહીં? જો દરેક માનવીની એ સમાન ઝંખના હોય તો સહઅસ્તિત્વ કેટલીક શિસ્તની અપેક્ષા મનુષ્ય પાસે રાખે કે નહીં? નિયમો વગર સહઅસ્તિત્વ શક્ય નથી. નિયંત્રણ, નિયમ વગર સમાજની કલ્પના જ ન થઈ શકે. સહઅસ્તિત્વની ઇચ્છાથી સ્વેચ્છાએ મનુષ્યે નિયંત્રણ સ્વીકાર્યાં છે.'

'સમાજવિદ્યાએ તમને સિદ્ધાંતો શીખવી દીધા છે. એ સિદ્ધાંતોમાં બંધાયેલા તમારા તર્ક અને મને થતા અનુભવ વચ્ચે મેળ નહીં ખાય. આપણે શા માટે મળ્યાં? શું જરૂર હતી આપણે મળવાની?'

જાહ્નવિકા સુબંધુની સામે જુએ છે. એ આંખોમાં કોઈ લોલુપતા નથી, કોઈ તુચ્છતા નથી. એમાં રોષ છે. એ રોષમાંથી પ્રસરતી સુગંધે એને ચારેતરફથી વીંટી લીધી છે. શું જોઈએ છે સુબંધુ, શું જોઈએ છે તમારે મારી પાસેથી?

'આપણે સ્લમ્સમિત્ર માત્ર સ્લમ્સમિત્ર ન બની શકીએ?'

'મૃદુ મારી રાહ જોશે, જાહ્નવિકા.'

'તમે મૃદાંગનાના પતિ અને મારા સ્લમ્સમિત્ર ન બની શકો, સુબંધુ !'

'ના.'

'તમે મૃદાંગનાનો દ્રોહ શા માટે કરો છો? એ દ્રોહ કરી શું પામશો તમે મારી પાસેથી? આ અનાકર્ષક દેહ? તમને આ દેહનું આકર્ષણ છે? નથી. હું જાણું છું. તમે કહો કે તમને આ દેહનું આકર્ષણ નથી. શું જોઈએ છે તમને મારી પાસેથી?'

'જાહ્નવિકા આચાર્ય. જેને મારી સમગ્ર ચેતનાથી અનુભવી શકું એ જાહ્નવિકા આચાર્ય. એ જાહ્નવિકાનું મને આકર્ષણ છે. દૂરદૂર ઊભી રહેલી સૌજન્યના સંબંધથી અંકિત એ સ્લમ્સમિત્ર જાહ્નવિકામાં મને રસ નથી.'

'મૃદુને તમે નથી ચાહતા?'

સુબંધુનો ચહેરો તંગ બની ઊઠે છે.

'તમે ઊભાં થાઓ જાહ્નવિકા. મૃદુ મારી રાહ જોશે. મને બાલિશ પ્રશ્નોના ઉત્તરમાં રસ નથી.'

માહિમ સ્ટેશન પર છૂટો પડ્યો ત્યાં સુધી સુબંધુ જાહ્નવિકા સાથે એક-બે ખપપૂરતાં વાક્યો સિવાય કંઈ બોલ્યો નહીં. માહિમ સ્ટેશન પર ઊતરતાં હળવું સ્મિત કર્યું, 'ચાલો મળીશું ક્યારેક ફરી, એટલું બોલી ઝડપથી પીઠ ફેરવીને ચાલતો થયો. અંધકારમાં ઝડપથી ખોવાઈ જતા સુબંધુને જાહ્નવિકા બારીમાંથી તાકી રહી. એક પણ આંચકા વગર ગાડીએ સ્ટેશન છોડી દીધું. મોડી રાત સુધી જાહ્નવિકા ઊંડા કણસાટથી તરફડતી રહી. શિશિરનાં ખરતાં પાન વચ્ચે અટવાતી રહી. હું તમારી શું બનું સુબંધુ? હું તમારી શું બનું! અને પછી આંખો મીંચીને આસપાસ ઊઠી આવેલા ભયાનક વિશ્વની સામે બેબાકળી બની ધ્રૂજવા લાગી.

*

સુ આજે મોડા પડ્યા છે. એમને મોડા આવવાની ક્યાં નવાઈ છે? પણ મને ડર કેમ લાગે છે સુનો? વાત કરતાં, હરતાંફરતાં, ખાતાં સુ જાણે એકાએક ક્યાંક ખોવાઈ જાય છે. જાણે એની આંખો મને જોતી જ ન હોય. એના માંસલ દેહનો સ્પર્શ જાણે ઉતારેલી કાંચળી જેવો નિર્જીવ બની જાય છે. પછી એકાએક મને હાસ્યથી છલકાવી દે છે.

શું થયું છે તમને સુ? જાહ્નવિકા આચાર્ય પેલી પ્રોફેસર અહીંનાં ગંદાં સ્લમ્સમાં ખભે થેલો લટકાવી ફરતી. ઓળખું છું એને. બેચાર વખત સુ એને મદદ કરવા માટે પણ ગયેલા. બિચારીને સ્લમ્સ નાબૂદ કરવાં છે! સ્લમ્સની દશા સુધારવી છે! બિચારી બીજું કરેય શું? મેસકાળી ચામડી હીહી. જાડા હોઠ. બહાર નીકળી આવેલી આંખો. શરીર પર વીંટી મૂકેલી હૅન્ડલૂમની સફેદ સાડી પાછળ વાળની ચોટલી. મોટું કપાળ. સુ એની બિચારીની કેવી મશ્કરી કરતો હતો પાછળ! હીહી એવો વિચાર આવતાંય હસવું આવે છે. સુ તો પછી એને ક્યારેય મળ્યા પણ નથી.

તમે સ્ત્રીઓ શંકાશીલ બહુ. સુ હું ખોટા વિચારોમાં ઘેરાઈ જાઉં છું ખરેખર. મારે ન કરવા જોઈએ એવાતેવા વિચાર. મને કેમ આવે છે પણ?

સુ હવે મારે બાળક જોઈએ. મારા અંગેઅંગમાંથી ફોરતું બાળક. સુ મેં બહુ રાહ જોઈ હવે. સુને ચાદરનો રંગ દીવાલના કૉન્ટ્રાસ્ટમાં કેવો દીપે છે. ઘડિયાળ પરની ધૂળ સાફ કરવાની રહી આજ. પ્લાસ્ટર ઑફ પેરિસની બુદ્ધની આ મૂર્તિ હવે ઝાંખી પડી ગઈ છે, ઠંડી આજ વધુ છે રાત્રે બારી બંધ કરવી પડશે, સુ હવે તો આવવા જોઈએ. વિવિધ ભારતીનાં અડધાં ગીત પૂરાં થઈ ગયાં. ટૉપ પર કયું ગીત હશે, સુના બૂટ સંભળાયા. હું કેટલી ખુશ છું! તમે આવશો વિચાર્યું ને તમે આવ્યા! મને શાનો ભય!

સુબંધુ ઘરમાં પ્રવેશે છે ત્યારે જાહ્નવિકા સાથેની મુલાકાતનો કડવો સ્વાદ મનમાં છે. જાહ્નવિકા સાથેનો સંપર્ક તોડી નાખવો એવા દૃઢ નિર્ણય સાથે તે જાહ્નવિકાથી છૂટો પડે છે. ઘરે આવી મૃદુની આસપાસ વીંટાઈ જવા મથ્યો, પરંતુ તેમતેમ જાહ્નવિકા વિશેષ એના ચિત્તનો કબજો લેતી ગઈ. મૃદુનો ચહેરો સાવ ચળકાટ વગરનો સ્ફિત લાગે છે. એ ઉબાઈ ગયો. લીલી તુવેરની કચોરી તળતાં મૃદુ બોલે છે. ધોબીને નિયમિત કપડાં ન આપ્યાં એટલે બદલી નાખ્યો.

મિસિસ પંજવાણી બે દિવસથી ચિત્રલેખા લઈ ગઈ છે પણ આપી નથી ગઈ. દૂધના ભાવ લિટરે પચાસ પૈસા વધી ગયા છે. કદાચ એકબે દિવસમાં તેને બોરીવલી રહેવા જવું પડે. મોટી બહેનની સુવાવડ વખતે બાને મદદ કરવી પડશે. શિયાળો છે, પણ શાકના ભાવ ઊતરતા નથી. ઘણા દિવસથી મામાને ઘરે આપણે ગયાં નથી. એમને ખોટું લાગશે. નોકરીની પાછળ તમે ઘરબાર, સગાંવહાલાં પત્ની બધાંને વીસરી જાઓ છો.

સુબંધુ મૂંગોમૂંગો કપડાં બદલે છે. હાથ-મોં ધોઈ ગરમગરમ સ્વાદિષ્ટ કચોરી મોંમાં મૂકે છે.

સમાજ સમાજ. કોણે રચ્યો છે આ સમાજ?

'કેમ કંઈ બોલતાં નથી તમે?'

સુબંધુ એકદમ ખડખડાટ હસી પડે છે.

'ઓ મૃદુ, હું કેટલો ખુશ છું. ડાયરેક્ટરે પ્રૉમિસ આપી દીધું મને ડે. સેલ્સ મૅનેજર બનાવવાનું. એક પાંચ વરસ, ફક્ત પાંચ વરસ. મારી મૃદુ પાસે એક ગાડી પિયર જવા, બીજી ગાડી શાક લેવા, ત્રીજી સુબંધુ સાથે ફરવા.'

'ખરેખર? નક્કી થઈ ગયું? મિ. ભટ્ટ?'

'હું પ્રાઇવેટ કંપનીમાં કેમ ગયો ખબર છે? પહેલાં ઓછો પગાર મળે. મારી સાથે મિત્રો હતા તે કોઈ ગવર્નમેન્ટમાં કોઈ ઇલેક્ટ્રિસિટી બોર્ડમાં જોડાયા. હું ન જોડાયો. ભલે ઓછો પગાર, પણ હવે? પ્રાઇવેટમાં કામની કદર છે. રેપિડ રાઇઝ.'

રંગીન દીવાલોથી મૃદુનું ઘર ચળકી ઊઠે છે. પણ સુબંધુ આખી રાત ક્યાંક ખોવાઈ ગયો. મૃદુ એને શોધીશોધીને થાકી જાય છે. તમે ક્યાં ગયા સુબંધુ? આંખો ખોલે છે ત્યારે સુબંધુનો હાથ એની છાતી પર છે અને સુબંધુ ઘસઘસાટ ઊંઘે છે. ધીમેથી પડખું ફેરવી મૃદુ સુબંધુના વાળમાં હાથ ફેરવે છે.

૬

'મમ્મા, તું લગ્નનો આગ્રહ છોડી દે. તું કેટલી વખત દોહરાવ્યા કરીશ? હું એક પુરુષની એની ઇચ્છા પ્રમાણે નાચ્યા કરતી સ્ત્રી બની જ નહીં શકું. કેટલી વખત આ રેકર્ડ વગાડી હશે તારી પાસે મેં, મમ્મા? હં, તો હવે મારી ડાહીડાહી મમ્મા સમજી જાય! હું તો મુક્ત પંખી છું.'

સુનીતિ શાહ કોલાબા પર ત્રીજે માળે બે રૂમના ફ્લૅટમાં કિચનમાંથી ડ્રૉઇંગરૂમમાં અને ડ્રૉઇંગરૂમમાંથી કિચનમાં સહેલતાં સહેલતાં ટૉમેટો સૅન્ડવિચ ગલોફામાં દાબતાંદાબતાં બોલે છે.

આલુ શાહે અને સુનીતિએ ઑપન ગાઉન પહેર્યાં છે. સુનીતિનો ગાઉન રંગીન ડિઝાઇનથી સુશોભિત છે અને સુનીતિના ગૌર દેહ પર દીપે છે. આલુ શાહનું મોં ગંભીર છે. કંઈ જવાબ આપ્યા વગર એ મૌન બની જાય છે. એના મૌન ચહેરા પર વધેલી કરચલીઓ સ્પષ્ટ વાંચી શકાય છે. બ્રેડ અને કૉફી લઈ તે બહાર સોફા પર આવીને બેસે છે. સામે જ પ્રકાશિત શાહની છબી છે.

પ્રકાશિત શાહ અને આલુ આંટિયાના આંતરજ્ઞાતીય લગ્નથી જન્મેલી બાળકી તે સુનીતિ

શાહ. પ્રકાશિત શાહ એક કંપનીમાં પર્સોનલ મૅનેજર હતો. અચાનક બત્રીસ વર્ષે પ્રકાશિત હૃદયરોગથી મૃત્યુ પામ્યો. ખૂબ દારૂ પીતો. ખૂબ બીફ ને ચિકન ખાતો. પ્રકાશિત મૃત્યુ પામ્યો ત્યારે સુનીતિ બે વરસની. સુનીતિને અત્યારે પિતાનો છબીમાં મઢેલો ચહેરો યાદ છે.

આલુ શાહ સિડનહમ કૉલેજમાંથી અંગ્રેજીની અધ્યાપક તરીકે હમણાં જ રિટાયર થઈ. પ્રકાશિતના મૃત્યુ પછી આલુને લગ્ન કરવાની ઇચ્છા જ મરી ગઈ. આલુ દેખાવડી હતી. ફરી લગ્ન કરે તો ગમે તે પુરુષને સુખી કરી શકે એવી આવડત હતી એનામાં. એનાં માતાપિતાએ એકબે પુરુષો તરફ ઇશારો પણ કરેલો. સુનીતિને પોતાની પાસે રાખી ઉછેરવાની પણ વાત કરેલી, પરંતુ આલુ કોઈ પુરુષ તરફ આગળ જ ન વધી શકી. અને એનો બધો પ્રેમ સુનીતિ પર ઢોળાયો. સુનીતિને ઉછેરતાં ઉછેરતાં જાણે પ્રકાશિતને પોતાના હૃદયમાં ઉછેરી રહી. અંતરમાં સતત પ્રકાશિતનો અવાજ એને સંભળાતો, ‘આલુ, મારી આલુ, હું કેવો સુખી છું.’

અને આજે સુનીતિની આ વાતો સાંભળી આલુ જીવનથી હારી ગઈ છે. આલુ સુબંધુને ઓળખે છે. ઘણી વખત સુબંધુ સુનીતિ જોડે ઘરે આવતો.

‘મમ્મા, આજે અમારી ડબલ્સની ફાઇનલ છે, હું ને સુબંધુ. મમ્મા, શ્યૉર! નહીં, કોઈ બહાનું નહીં, તારે આવવાનું એટલે આવવાનું.’

આલુ આ વિકસતા સંબંધથી ખુશ હતી. ઊંચો તંદુરસ્ત, દેખાવડો સુબંધુ. દરેક રીતે આલુને સુબંધુ સ્વીકાર્ય હતો, સુબંધુને જોઈ આલુના ચિત્તના સાત્ત્વિક રંગો પ્રકાશિત થઈ ઊઠ્યા. જાણે પોતાના કહી શકાય એવા એક પુરુષે ફરી જીવનમાં પ્રવેશ કર્યો. એ સુબંધુ સાથે હસતી. બંનેને છૂટથી ફરવા દેતી. પ્રકાશિતને મનમાં ને મનમાં કહેતી, ‘હું કેટલી સુખી છું, પ્રકાશિત.’

પણ સુબંધુ સુબંધુ... આલુ ભાંગી ગઈ થોડા દિવસ તો.

‘સુબંધુને આવી ઢીલીપોચી ઢીંગલી શું પસંદ પડી સુની!’

‘તુંય શું મમ્મા! હું સુબંધુને વધુ ઓળખું કે તું! સાચું કહે મમ્મા, તું એવી આશામાં હતી ને કે હું ને સુબંધુ... બોલ, સાચું કે નહીં? ઓહ મમ્મા, તું હજી સુધી રોમિયો-જુલિયટમાં ક્યાં સુધી રાચ્યા કરીશ? હું સુબંધુને ઓળખું.

એને પૈસા કમાવા છે. એને નામ કમાવું છે. એને ઢીંગલી જેવી બૈરીને બગલમાં મારી આ દુનિયા તરી જવી છે. એ બુઝર્વા સમાજનો માણસ છે, મમ્મા.'

આલુ શાહે સુનીતિની આરપાર જોવાનો મરણિયો પ્રયત્ન કર્યો. ક્યાંય કોઈ જગ્યાએ સુનીતિનો કોઈ ખૂણો ખંડિત થયો છે? આલુને રાહત થઈ. પુત્રીના લોખંડી બખતર પર આ ઘા કોઈ ચિહ્ન અંકિત કર્યા સિવાય નીકળી ગયો છે.

પરંતુ આલુની ચિત્તશાંતિ ઝાઝી ટકી નહીં. શું સુબંધુના આઘાતથી સુની હવે લગ્ન કરવાની ના પાડે છે? 'તું ક્યાં સુધી એકલી રહીશ રે છોકરી?'

'તું એકલી નથી, મમ્મા!'

'હું નહીં હોઉં પછી કોણ તારું? તું એકલી પડી જશે, સુની! સમજ.'

સુનીતિ ખડખડી ખડખડીને આલુને ભોંઠી પાડી દે છે :

'મને એક પુરુષ માફક નથી આવતો, મમ્મા.'

છોકરી વેશ્યા બની ગઈ? આલુ અંદર ને અંદર ચોંકી પડી. એને લાગ્યું સુનીના હૃદય પર એક નહીં અનેક મૂઢ જખમોમાંથી પેદા થયેલું કૅન્સર બહાર આવ્યું છે.

ઓહ સુબંધુ! You have spoiled my child.

અને જીવનનો આધાર શોધતી એ વૃદ્ધ સ્ત્રી પતિની છબી સામે વિચારમાં ખોવાઈ જાય છે. પ્રકાશિત, હું નિર્દોષ છું, બિલકુલ નિર્દોષ. પ્રકાશિત, હું તને શું જવાબ આપીશ?

*

મારી રે મારી, મારી રે મારી, ચિંતા ચિંતા ચિંતા. મારી મમ્માને મારી મમ્માને. છન્ છન્ છન્ ઝન ઝન ઝન તાકધિંગ. સાગર ઘૂમું, આકાશ ચૂમું હે ભાઈ તમે કોણ મને અટકાવણહાર. મન મગનમાં મહાલું. મદનિયો કાળોકાળો માણસ પાતાળપેટો, પોચોપોચો માણસ ધસતો માણસ ખસતો માણસ ઊંચો માણસ નીચો માણસ. ભાઈ, કેટલા માણસ! મને માણસ ભાવે. લુચ્ચાલફંગા મેલાઘેલા સરળ સજ્જન દુર્જન કપટી ઢીલાધીંગા માણસ ભાઈ માણસ, હાહાહા ગભરાયા દોડ્યા માણસ, ધીરે ડગલે ચાલે માણસ. સૂતા માણસ. બેઠા માણસ. ચાલતા માણસ માણસ માણસ માણસ.

એય સુબંધુ તું ઊંચો પાતળો સીધો માણસ. તું ક્યાં છે મદનિયો? તું ક્યાં ચાલે છે? તું ક્યાં રડે છે! તું ક્યાં મસ્ત છે? એય તકસાધુ, તું જા ચાલ્યો જા. મારે મદનિયો જોઈએ. જાડોજાડો રગરગતો માણસ જોઈએ. એય મદનિયા ચાલ્યો જા. મારે સ્મિત વેરતો વિરહીઆંખે નીરખતો નિશ્વાસતો ફનાગીર ઉડાઉ મજનૂ જોઈએ. હું નકલી હૂર, હું અસલી હૂર. જાઓ નાસી જાઓ. અરે! હાહાહા હોહોહો હું એકલી. એકલી? એકલી!

*

બીજે દિવસે સવારે મિ. ભટ્ટ અને મિ. દોશી ઑફિસમાં આવે છે ત્યારે ડે. સેલ્સ મૅનેજરની પોસ્ટનો વિચાર બંનેના મનમાં સાવ ઉપેક્ષિત બની એક ખૂણામાં પડ્યો છે; પરંતુ કંપનીના અન્ય ઑફિસરોના મન એ પ્રશ્નથી જ ભરેલાં છે. સેલ્સ ડિપાર્ટમેન્ટને જ શા માટે મહત્ત્વ? બધાં ડિપાર્ટમેન્ટ મહત્ત્વનાં છે. કંઈ એક ડિપાર્ટમેન્ટ પર કંપની ઓછી ચાલે છે? અને વાત સાચી છે; પણ કંપનીમાલિકોને તો વહાલાં ને દવલાં ડિપાર્ટમેન્ટ રહે છે. ડે. મૅનેજરની પોસ્ટ સેલ્સ વિભાગમાં જ અને બીજા ડિપાર્ટમેન્ટમાં કેમ નહીં? યુવાન ઑફિસરોમાં સુથાર, રંગટા, પરાંજપે આ મુદ્દો ઉઠાવી ચર્ચા ચલાવે છે. પર્ચેઝમાં, ઍડ્વર્ટાઇઝમેન્ટમાં, પર્સોનેલ ડિપાર્ટમેન્ટમાં બધે ડે. મૅનેજરની પોસ્ટ ઊભી કરો. રજૂઆત થવી જોઈએ. ત્રણેને ખબર છે કે દેસાઈને આ વિચાર ચોક્કસ ગમે એવો છે, પણ હમણાં દેસાઈ એમની વાત નહીં સાંભળે. ગમશે તોય નહીં સાંભળે, કારણ કે સિનિયૉરિટી પ્રમાણે પ્રમોશન એ દેસાઈના વિચારને આ ત્રણે ઑફિસરોએ રદિયો આપેલો. આપવો જ જોઈએ ને? સૈદ્ધાંતિક બાબતમાં પ્રમાણિક મતભેદ પ્રગટ કરવો એ બૌદ્ધિકોનું લક્ષણ છે.

દેસાઈ અને બીજા ઑફિસરોએ સિનિયૉરિટી પ્રમાણે પ્રમોશનની કરેલી રજૂઆત કંપનીએ ફગાવી દીધી છે. દેસાઈ ગુસ્સે થયો છે, 'યુનિટી નથી, મરો બધા.' મિ. દોશી સમાચાર સાંભળી મનમાં હસે છે. સુથાર અને સહી ન કરનાર બીજા ઑફિસર વિજયનો આનંદ માણી ચા પીએ છે.

મિ. ભટ્ટ તો મશગૂલ બન્યા છે સવલીને પરાસ્ત કરવા. પિતાએ શાન્તિપ્રસાદ અને નિરંજનને જીંથરિયા બોલાવ્યા છે. 'જવું જ પડશે.' શાન્તિપ્રસાદે સવિતાને કહી દીધું. એનાથી સવિતા અકળાયેલી છે, પરંત શાન્તિપ્રસાદ અને

નિરંજનને રોકી શકે કેવી રીતે? 'ભલે જતા' એ મનમાં બબડે છે, 'વિવાહ કેમ બીજે કરે છે જોઉં છું ને?' નિરંજન તો પોતાનું જ કહ્યું માનવાનો એની સવિતાને ગળા સુધીની ખાતરી છે.

પરંતુ શાન્તિપ્રસાદ કોણ જાણે કેમ ખુશ છે. રાત્રે એમણે સ્વપ્ન જોયેલું એની સ્મૃતિ મન પર પડેલી છે, જીંથરિયામાં પોતે એક મકાન બાંધે છે. ઊંચું ને ઊંચું મકાન બાંધતા જ જાય છે. મકાનની ટોચ પર પછી સવિતાને બેસાડે છે અને નીચે ઊતરવાની નિસરણી શાન્તિપ્રસાદ ખસેડી લે છે. બસ સવલી ઉપર ઊભીઊભી હસે છે અને શાન્તિપ્રસાદ નીચે ઊભાઊભાં હસે છે. 'હાશ ! હવે ક્યારેય સવલી નીચે નહીં ઊતરે.'

ફોનની રિંગ બે વખત રણકે છે એટલે ઝબકી ઊઠતા હોય એમ શાન્તિપ્રસાદ રિસીવર હાથમાં ઉપાડે છે.

'ભટ્ટભાઈ, પાર્ટીનું શું વિચાર્યું?'

'હં! હા, હા વિચારું જ છું. નક્કી કરું એટલે તમને કહું.'

ફોન નીચે મૂકી શાન્તિપ્રસાદ નિરંજનને નાતાલનું વૅકેશન પડે કે તરત ઘરે આવી જવા માટે પત્ર લખે છે. પછી હાથ ઊંચાનીચા કરી આળસ મરડે છે. પેસ્તનજીને બોલાવી પિંગેની તબિયતના સમાચાર પૂછે છે. પેસ્તનજી મિ. ભટ્ટને એમની તબિયત વિશે પૂછે છે.

'આપણે શેની ચિંતા? આપણે ક્યાં પ્રમોશન જોઈએ છે? હં! તે આપણી તબિયત બગડે! બી. પી. જરા વધી ગયું. ઉંમરની સાથે કોઈક રોગ તો આવે ને? પણ જો હવે બિલકુલ નૉર્મલ થઈ ગયું. અરે ભાઈ, તબિયત પહેલાં કે પ્રમોશન પહેલાં? પિંગેને મેં એ જ સલાહ આપી કે ભાઈ ''જ્ઞાનેશ્વરી ગીતા'' વાંચ. પ્રમોશનના વિચાર છોડી દે.'

'તમારા જેવા ભલા માનસને, સંત માનસને કંપની પ્રમોશન ન આપે ને પેલા ઉદ્ધત દોશીડાને પ્રમોશન આપે એ ક્યાંનો ન્યાય, ભતસાહેબ?'

'ભાઈ, બધી વાત સાચી, પ્રાઇવેટ કંપનીમાં ન્યાય-અન્યાય નહીં પૂછવાનું અને હજી ડે. મૅનેજરની પોસ્ટ ઊભી ક્યાં થઈ? દોશીને પ્રમોશન ક્યાં આપ્યું? નાહકની અત્યારથી ચિંતા માથે લઈને ફરવું?'

'આખી ઑફિસ કહે છે ને? પેલી સ્ટેનો પાટીલ તો દોશીની કૅબિનમાં જ ઘૂસ્યા કરે છે. ભલે સાલો થાતો બદનામ. બેયને કંપનીમાંથી કાઢી મૂકવાં જોઈએ એટલે નિરાંત.'

'દરેક માણસ પોતાનાં કર્મનાં ફળ ભોગવે છે, ભાઈ.'

સુબંધુ દોશી કામમાં વ્યસ્ત છે. જાહ્નવિકા આચાર્યને મનમાંથી સાવ કાઢી નાખવા પ્રયત્નશીલ છે. એ જ ઇન્વૉઇસ, એ જ મંથલી સેલ્સ રિપોર્ટ, એ જ પબ્લિસિટી ડિઝાઇન્સ, એ જ પાર્ટીઓને પેમેન્ટ માટે રિમાઇન્ડર્સ, એ જ દરેક લેટરપૅડ પર ત્રણ ડિઝાઇનવાળા કંપનીના પંખાઓનાં ચિત્ર. સુબંધુ દોશીને બગાસું આવે છે. હાથમાં રિસીવર લઈ આસિસ્ટન્ટ પ્રોડક્શન મૅનેજર પરાંજપેને ફોન કરે છે.

'મિ. પરાંજપે નવી ડિઝાઇન લાવો. નવી ટાઇપના પંખા બનાવો. કંપની માર્કેટમાંથી નીકળી જશે.'

મિ. પરાંજપે સામેથી ફોનમાં હસે છે.

'મિ. દોશી ખોટી જગ્યાએ ફોન જોડ્યા તમે. ટૅક્નિકલ ડાયરેક્ટરને ફોન જોડો.'

કંપની ડાઇનેમિક નથી, ડાઇનેમિક નથી. મિ. દોશી ઊભો થાય છે. મિ. ભટ્ટની કૅબિનમાં ડોકિયું કરે છે. મિ. ભટ્ટ સસ્મિત આવકારે છે મિ. દોશીને.

મિ. દોશી અને મિ. ભટ્ટ સાથે બેસીને કૉફી પીએ છે. અન્યોન્યનાં ખબરઅંતર પૂછે છે અને છૂટા પડે છે. મિ. દોશી આ પ્રમાણે થોડા દિવસને અંતરે મિ. ભટ્ટ સાથે બેસીને ચાકૉફી પીએ છે.

પોતાની કૅબિનમાં આવીને મિ. દોશી બેસે છે. ઊંચે આકાશમાં ઊડતા પંખીનું એક મોટું ચિત્ર સામે ભીંત પર લટકે છે. આર્ટગૅલરીના પ્રદર્શનમાં દોશીએ એ જોયેલું અને તરત ખરીદી અહીં લટકાવ્યું. મિ. દોશીની કૅબિનની હવા એટલે જ બીજા ઑફિસરોની કૅબિનની હવા કરતાં જુદી છે. 'આખા દિવસના અડધા જાગૃત કલાકો તો મારા આ કૅબિનમાં પસાર થાય છે.' એને ક્લેયમેન્ટ ઍન્ડ કંપનીની રૂમ તરીકે નહીં, ઘર તરીકે પોતે ગણે છે એમ સ્મિતપૂર્વક ક્યારેક બીજા ઑફિસરને મિ. દોશી કહે છે.

કામ લગભગ પૂરું થઈ ગયું છે. ફરી જાહ્નવિકાની સ્મૃતિ. ત્યાં ફોનની રિંગ વાગે છે. સામેથી સુનીતિ શાહનો અવાજ સંભળાય છે.

'સુબંધુ, મેટ્રો પર આવે છે ને? સાંજે સાડાપાંચે આવી પહોંચજે.'

સુબંધુ સુનીતિ સાથેનો કાર્યક્રમ વીસરી ગયેલો. મૃદુને 'મોડો આવીશ' એની વાત કરી નથી.

'સારું. આવું છું મેટ્રો પર.'

સામેથી ફોન મુકાઈ જાય છે. ઘડિયાળમાં ત્રણ થયા છે. મૃદુને સમાચાર મોકલવા પડશે, ટેબલમાંથી ડાયરી કાઢી પડોશમાં રહેતા મિ. પંજવાણીનો ફોન નંબર શોધે છે. મૃદુને મિસિસ પંજવાણી જોડે બહુ ફાવતું નથી. 'ચિબાવલી છે. આપણા ઘરની વાત બધે કરતી ફરે છે.' મૃદુ ફરિયાદ કરતી હોય છે. દોશી પહેલે માળે રહેતા સાઠેના ઘરનો ફોન નંબર જુએ છે. ત્યાં ફોનની રિંગ વાગે છે.

'હેલો, હું મૃદુ. સુ, હું બોરીવલી જાઉં છું. મોટી બહેનને બાબો આવ્યો. હૉસ્પિટલમાં છે.'

સુબંધુ દોશી ખુશ થઈ જાય છે.

'જાઓ, જરૂર. હવે અમારી જહાનઆરેના ગાલનો સ્પર્શ અમને ક્યારે થશે?'

'એય તમે ફોન પર સીધા રહો, સાતઆઠ દિવસ મારે બોરીવલી રહેવું પડશે. બાપુજીએ કહ્યું છે તમારે બોરીવલી જમવા આવવાનું છે.'

'ઓ મૃદુ! એમાંથી મુક્તિ આપ. મને નહીં ફાવે. મારે ગમે ત્યાં રખડવાનું હોય. બિલકુલ ન ફાવે.'

'એકાદ દિવસ તો ચક્કર મારી જજો. બા-બાપુજીને સારું લાગે.'

'ઠીકઠીક. આપનાં પરમપૂજ્ય માતાપિતાને સારું લગાડવા જરૂર આવીશું એકાદ દિવસ.'

'ઘરની બહાર નીકળો ત્યારે બારીબારણાં બરોબર બંધ કરજો. નહીંતર ધૂળ ભરાઈ જશે.'

'બીજું કંઈ ફરમાન?'

'મિસિસ પંજવાણીને ત્યાં ચાવી નથી મૂકી. મિસિસ સાઠેને ત્યાં મૂકી છે. મેં તેને વાત કરી છે. ઘાટી એની પાસેથી ચાવી લઈ કામ કરી જશે.'

'ઓ. કે., ઓ. કે.'

'કબાટ ખૂલ્લો ન મૂકશો. અથાણાની બરણીમાંથી અથાણું કાઢો તો બરણી બરોબર બંધ કરજો. નહીંતર અથાણું બગડી જશે.'

'ઑલ રાઇટ, ઑલ રાઇટ. હવે બીજું કંઈ?'

'બસ, હવે હું ફોન મૂકું છું.'

'ના, ના. ચાલુ રાખો. ચાલુ રાખો. એ મધુર અવાજ કાન પર સંભળાવા દો.'

*

સાંજે પોણાછએ સુબંધુ દોશી સુનીતિના લખલખતા પ્રકાશમાં નહાય છે. આંજી નાખતો, ચામડીને બાળી નાખતો, રંધ્રેરંધ્રમાંથી ઉત્તેજનાના ફુવારા ઉડાડતો પ્રકાશ.

મેટ્રોના મુખ્ય દરવાજા પાસે છૂટા શોલ્ડરકટ મઘમઘતા વાળ, ચૂડીદારમાં સજ્જ, ગૉગલ્સ, ચહેરા પર ખૂબ આછો મેક-અપ, ત્રાંસા રાખેલા ડાબા પગને વેગથી ઝુલાવતી, અદબ વાળીને ઊભેલી સુનીતિ શાહની આસપાસ ઘૂમતાં તેજવલયો સુબંધુની આસપાસ વીંટાય છે.

'કેટલું મોડું કર્યું તેં! સાડાપાંચને બદલે તું પોણા છ ને પાંચે ડોકાયો. મારે કૉફી-બ્રેડ ખાવાં છે. તને ખબર છે ને ખાધા વગર પિક્ચરમાં પેસું તો આપણું ધ્યાન ન રહે!'

ઈરાની કાફેમાં ઝડપથી બ્રેડબટર સાથે કૉફીના ઘૂંટડા ભરતી સુનીતિનો ધધકતો વાક્પ્રવાહ સુબંધુ પર અથડાય છે.

'હમણાં જબરો રંગ જામ્યો છે, સુ. એક ક્રિકેટર મદનિયો આ રણજી ટ્રૉફી કે કાઉન્ટીફાઉન્ટીમાં ક્યાંક બૅટ ઘુમાવે છે તે સાલો મારી પાછળ પડ્યો છે. બબૂચક આજે મને રિગલ પર સિનેમા જોવા માટે ફોન કરે. જસ્ટ એક વખત બૅંકમાં આવેલો, સાલા જોડે થોડી ચિટચૅટ થઈ. મૂરખ મારા પ્રેમમાં પડી ગયો છે. હા હા હા હા સુ, તું સાંભળે છે? એ મદનિયો મારા પ્રેમમાં પડી ગયો છે.'

સુબંધુ બિલકુલ ધીમેધીમે કૉફીના ઘૂંટડા ભરે છે.

'તું જલદી કૉફી પી, સુ. મારી સામે તાક્યા ન કર. તારી આમ મારી સામે તાક્યા કરવાની ટેવ તું કાઢી નાખ. મને એ પસંદ નથી, તને કેટલી વાર કહ્યું!'

'પછી તેં મદનિયા જોડે પ્રેમ શરૂ કર્યો કે નહીં?'

'કેમ? તને જેલસી થાય છે?'

'મને? શા માટે? તું લગ્ન કરીને ક્યાંક ગોઠવાઈ જાય તો મને ખરેખર સુની, ખૂબ ગમે. તારી મમ્માને પણ ચિંતા ઓછી થાય.'

'એટલે તું મારી મમ્માની ચિંતા કરવા સુધી હમદર્દ બની ગયો એમ? પછી તું તારી બૈરીને છેતરે તેમ હું મારા પતિને છેતરી તારી જોડે પિક્ચર જોવા આવું કેમ? અને એને કહીને આવું તો એ મારી જોડે રહે ખરો કે?'

સુબંધુ કંઈ બોલ્યા વગર કૉફીના ઘૂંટડા ભરે છે.

'ગંભીર થઈ ગયો ને દીકરા? મરવા દે બધી જફા. જો કહી દીધું. આપણે આજ ખડખડ હસવા, મોજથી જમવા ભેગાં થયાં છીએ. આમ સોગિયાની જેમ મારી સામે ન જોયા કર. ઊભો થા, ક્વિક.'

પછી એકદમ સુનીતિ હસી પડે છે,

'તારી બૈરી પણ તને આમ દોડાવતી નહીં હોય. નહીં, સુ.?'

સુબંધુના ચહેરા પર ગંભીર સ્મિત આવે છે.

બંને પોતાની બેઠક પર ગોઠવાયાં ત્યારે ઇન્ડિયન ન્યૂઝ શરૂ થઈ ગયા હતા.

'ઑસ્ટ્રેલિયાની બીજી ટેસ્ટ બતાવે છે! વાહ, માર્વેલસ. સુ. જો ગાવસકર બૉલ્ડ! બકઅપ લીલી.'

સુબંધુ ઝડપથી પલટાતાં દશ્યો જુએ છે.

'તું રિસ્પોન્સ કેમ નથી આપતો? સોગિયા જેવો બેસી ના રહે, સુ. સેકન્ડ ઇનિંગ. ગયો ગયો ગાવસકર, સેકન્ડ ટાઇમ આઉટ. બ્રેવો લીલી બ્રેવો.'

મુખ્ય ફિલ્મ શરૂ થાય છે. ઇન્ટરવલ સુધીમાં સુનીતિ ગંભીર બની જાય છે.

'હત્, બોગસ. સાલું સાઇકૉલૉજિકલ છે. મેં ધારેલું લવસસ્પેન્સ જેવું હશે. ચાલ જતાં રહીએ.'

'કેવી મૂરખ જેવી વાત કરે છે? યુરોપનો પ્રખ્યાત દિગ્દર્શક અને તેની મેચ્યૉર્ડ ફિલ્મ! તું જો, કેટલી ધીમી પણ અસરકારક રીતે આખી પરિસ્થિતિ પકડ લે છે.'

'ઓહ સુ. મને બગાસાં આવે છે. સાવ બોરિંગ છે.'

અને ઇન્ટરવલ પછી સુનીતિએ સીટની બૅક પર માથું ઢાળી ઊંઘવા માંડ્યું. સુબંધુએ એનો ખભો થપથપાવી બેએક વખત જગાડી પણ વ્યર્થ.

'ફિલ્મ પૂરી થાય એટલે ઉઠાડજે.'

'રાત્રે પોણાનવે ફિલ્મ પૂરી થઈ. બહાર ડિસેમ્બરની ઠંડી છે.

'તું કંઈ ગરમ કેમ નથી પહેરતી?'

'મુંબઈમાં ઠંડી જ ક્યાં છે? દિલ્હી જા. ઠંડી એટલે શું તે ખબર પડશે.'

સુબંધુએ પસાર થતી એક ટૅક્સી અટકાવી.

'થોડી વાર મરીનડ્રાઇવ પર રખડીએ, સુ. મારે તો ઊંઘ ઉડાડવી પડશે.'

'તું કેમ ગંભીર છો અત્યારે? ફિલ્મ મેં નક્કી કરેલી? તારી રિસાવાની જૂની આદત હજી ન ગઈ, સુની.'

'મેં તને કહ્યું ચાલ જતાં રહીએ, પણ તારે ટિકિટના પૈસા વસૂલ કરવા હતા.'

'અધૂરી ફિલ્મ છોડવી મને નથી ગમતી. અને આ કેટલી સુંદર ફિલ્મ હતી! ઇન્ટરવલ પછી આખી પરિસ્થિતિ કેટલી ઉત્તેજક બની હતી ખબર છે? પ્રોફેસરે આખરે પેલા યુવાનને મારી નાખ્યો.'

'મને ખબર હતી એ નપુંસક એવું જ કરવાનો. ચાલ, મરવા દે એ પ્રોફેસરને.'

ઊછળતા સાગર પરથી વીંઝાતા પવન સામે સુનીતિ ઊભી છે. વાળ ફરફરે છે, કપડાં શરીરને ચીપકી ગયાં છે. સમુદ્ર તરફ મોં કરી સુનીતિ બેસે છે.

'તું આમ પાળેલા કૂતરા જેવો દૂર ના બેસ, સુ. નજીક આવ. તારી બોચિયાગીરી મને પહેલેથી પસંદ નથી.'

સુબંધુ પોતાની જગ્યાએથી ખસતો નથી. કેટલીય વાર સુનીતિએ એને સ્પર્શ કર્યો છે, પરંતુ સુનીતિના સ્પર્શમાં સ્ત્રીના સ્પર્શની ગંધ એને નથી વર્તાઈ. ક્યારેય સુનીતિની આંખોમાં, એના અવાજમાં પ્રેમની ચિબાવલાશ નથી દેખાઈ.

'હું તને પૂરેપૂરો ગંભીર બની સલાહ આપું છું. એક મિત્ર, સહાધ્યાયી, હિતેચ્છુ, સ્નેહી દરેક હેસિયતથી તને વિનંતી કરું છું, સુની. તું લગ્ન કરી લે.'

'તું મારી નજીક આવે છે? તારી બૈરી ભડકો થઈ ઊઠે એટલો નજીક. હાહાહાહા. મહેરબાની કરી મારો હિતેચ્છુ બનવાની વાત છોડી દે.'

સુબંધુ સુનીતિની નજીક સરકે છે. સુનીતિને ખભે હાથ મૂકે છે.

'તું મારી વાત નહીં જ સાંભળે, સુની? તારી મમ્માનો વિચાર કર.'

'તું માથું ન ખા, સુ, પ્લીઝ. મને આ લગ્નની વાતો સાંભળી વૉમિટિંગ-નોસિયા થાય છે. મારી રીતે મને જીવવા દે. હું તારી સાથે લગ્નની ફિલસૂફીની ચર્ચા કરવા નથી આવી. મને આવી ફિલૉસૉફીઓની સૂગ છે તને ખબર છે ને?'

'તું મારી સાથે લગ્ન કરત, સુની?'

'હોહોહો તારી જોડે? તારી જોડે લગ્ન કરવાં હોત તો તાકાત હતી તારી કે તું બીજી છોકરી જોડે પરણી શકે!'

સુબંધુનો હાથ અવાચક બની જાય છે.

સુનીતિ સમુદ્રપાળ પરથી ઊભી થાય છે. આસપાસ સમુદ્રની ભરતીનાં પાણીની મોટી શિલાઓ સાથે વેગથી અફળાતો ઊછળતો ઘોષ છે. નિયૉનલાઇટના પ્રકાશથી લપેટાયેલા અંધકારમાં ઘૂંટાઈ એ ઘોષ સુનીતિ-સુબંધુના શરીરમાં પ્રવેશે છે. સુનીતિ સુબંધુનો હાથ પોતાના હાથમાં લે છે.

'તારી સાથે લગ્ન કર્યાં હોત તો અત્યારે તારા સ્પર્શથી જે રોમાંચ જાગે છે તે જાગત? સ્પર્શ રહેત અને રોમાંચ ચાલ્યો જાત. તું એક સ્ત્રીનો પતિ છે. એનાથી છુપાવી તું આ અંધારી રાતે મારી પાસે બેઠો છે. પરાયા પુરુષને સ્પર્શવાનો આનંદ ઓર હોય છે.'

'આવી સેડિસ્ટિક ફિલિંગ તારામાં ક્યાંથી આવી, સુની? કોઈ સામાન્યામાં જાગે એવી!'

'હાહાહાહાહાહા હું સામાન્યા? અને તમે બધા? ચાલ, પુરોહિતમાં જઈએ ને સ્વાદિષ્ટ સ્વાદિષ્ટ ડિશ ખાઈએ. બિલકુલ તારી વાણિયાશાહી અહિંસક ડિશ. પછી તારી પતિવ્રતા પત્ની પાસે જવા તને મુક્તિ હહહહહ. સાલી ગમ્મત આવે છે, નહીં. સુ?'

સુબંધુ જવાબ આપ્યા વગર ગંભીર બનીને ચાલે છે.

પુરોહિતમાં પહોંચી સુબંધુની આંખો કોઈ એક જગ્યાએ સ્થિર બન્યા વગર ભટકવા માંડે છે. પગ ચાલે છે, આગળપાછળ ડગલાં ભરે છે. પણ પેલી સુની તો બસ કંઈ ન બન્યું હોય એમ સસ્મિત ચહેરે મૅનેજર જોડે વાત કરે છે. સ્થિર ડગલે ચાલે છે. પોતે સુનીની જોડે ચાલે છે અને છતાં સુની પોતાથી ખૂબ દૂર ચાલતી હોય એમ દેખાય છે. કોણ છે આ સુની? ક્યાં લઈ જાય છે એ મને?

'તું રાત અહીં રહેવાની? રૂમ ક્યારે બુક કરાવી? મમ્મા તારી?'

'મગજમારી નહીં. પાંચ મિનિટ શાંતિથી આ કૉટ પર મને લંબાવવા દે. અભડાતો ન હો તો કૉટ પહોળો છે. એક બાજુ તું લંબાવ. પણ તારું તો મોં અરીસામાં જો. તારી બૈરી, તારો સસરો, તારાં સગાં ને વહાલાં તારા પર ચડી બેઠાં છે. તું આ આરામખુરસી સામે પડી છે એના પર બેસ. નચિંત બનીને બેસ. તારો વાળ વાંકો નહીં થાય. હમણાં પાંચ મિનિટમાં જમી લઈએ. પછી બાજુમાં ચર્ચગેટ સ્ટેશન છે. તમે એ જોયું છે. બેસી જાઓ ટ્રેનમાં સુબંધુ દોશી અને મહામહેનતે તમે ઊભી કરેલી સલામત જગ્યાએ પહોંચી જાઓ. હં! હવે પાંચ મિનિટ શાંતિ!'

સુનીતિ સુબંધુને ડાઇનિંગ હૉલમાં ઘસડે છે, ફ્રૂટસલાડ, વડાં, પાતરાં, ફેન્ટાસ્ટિક પુલાવ-કરી, ટેસ્ટીટેસ્ટી. સુનીતિ શાહને સ્વાદિષ્ટ વાનગીઓ સિવાય કોઈનું અસ્તિત્વ નથી.

'કેટલા દિવસે ગુજરાતી ડિશ ખાધી! મજા આવી ગઈ સુબંધુ. તું કેમ ખાતો નથી બરોબર? ખા, ખા, વેઇટર ફ્રૂટસલાડ આપ સાહેબને.'

'બધું સવારથી ગોઠવી રાખ્યું'તું તેં?'

'ઘડિયાળમાં જો. નહીંતર દસ વાગ્યે કયો બાપ ફ્રૂટસલાડ આપણે માટે તૈયાર રાખે?'

'તું હજી બિલકુલ ન બદલાઈ, સુની.'

'તારી જેમ મારે બીબીબચ્ચાં માટે કયું બૅન્કબૅલેન્સ ભેગું કરવાનું છે રે! ચાલ, કાનમાં કહી દે કેટલું બૅંકબૅલેન્સ જમા કર્યું? હત્ વાણિયો! નહીં બોલવાનો તું.'

ગાઉન પહેરીને સાવ નિશ્ચિંત બની સુની સામે સૂતી છે. નાઇટડ્રેસમાં આવી અલસમુદ્રામાં સુનીને ક્યારેય જોઈ નથી. સુની આમ ને આમ જીવન પસાર કરશે?

સુબંધુ સુનીતિની નજીક જઈ બેસે છે. વક્ષઃસ્થળ પર રહેલા સુનીના હાથને સ્પર્શ કરતાં ઝણઝણી ઊઠે છે. મૃદુના હાથથી વધારે સખત, જાહ્નવિકાના ઊપસી આવેલી નસોવાળા કૃશ હાથને બદલે માંસલ ને ઘાટીલો. સુનીની આંખોમાં સ્મિત છે, બિલકુલ સ્વસ્થ ને સંકોચ વગરનું. કોઈ ઇજન વગરનું, કોઈ નિર્લજ્જતા વગરનું. સુનીના પુષ્ટ દેહની પાછળ ટેબલટેનિસ પ્લેયર, યુનિયનલીડરની એક જાજ્વલ્યમાન અતિકાય મૂર્તિ એની સામે ઊભી થાય છે. એ મૂર્તિની અંદર પોતાનું બિંબ જાણે ગૂંથાઈ ગયું છે. સુનીનો આખો દેહ અનેક આકર્ષક રંગોથી વીંટાયેલો દેખાય છે.

'તારાં મમ્માની મારી વાત તું નહીં જ માને, સુની?'

સુનીતિ પડખું ફરી જાય છે. આછા ગ્રીનિશ ગાઉનમાં સુનીનો આખો દેહ નીખરી ઊઠ્યો છે. એની આંખો ઓશીકા પર ઢળેલી છે.

'તારી પત્ની રાહ જોતી હશે.'

'મારી વાત તેં ઉડાવી દીધી.'

સુનીતિની આંખો એમ જ ઢળેલી છે.

'તું ચાલ્યો જા. તારી પત્ની પાસે પહોંચી સલામત બની જા.'

'તને શું થઈ ગયું છે સુની?'

'મને? મને શું થવાનું છે? તું મારી ચિંતા કરે છે, હું તારી, તારી પત્નીની ચિંતા કરું છું. કેમ મને એ અધિકાર નથી?'

સુનીતિના હાસ્યપડઘા તીક્ષ્ણ સોયા બની સુબંધુને ભોંકાય છે. આખા ખંડમાં એકાએક ઠંડીમાં બધા પડઘા જાણે થીજી ગયા હોય એવી શાંતિ પથરાઈ જાય છે. સુબંધુ બેચાર તમાચા મારી દેવા ઉત્તેજિત થઈ જાય છે. સુનીતિ એકદમ સુબંધુ તરફ મોં ફેરવે છે. સુબંધુનો હાથ ખેંચી પોતાના વક્ષઃસ્થળ પર દાબે છે.

'મારે પતિ નહીં, બાળક જોઈએ. બોલ, તું આપી શકીશ બાળક? એક બાળક. એવું બાળક!' અને સુનીતિની આંખો પુરોહિત હોટલને, મુંબઈ શહેરને, એક દેશને, અનેક દેશોને ભેદી અનંત અવકાશમાં વિસ્તરે છે.

સુબંધુના શરીર પર આંસુ ફૂટે છે, એનો હાથ ઉષ્માસભર બની સુનીતિનાં અંગો પર પ્રસરે છે.

'ઓહ, સુની! મને માફ કર.'

'મારી કેટલી નિકટ છે તું! સેક્સથી તું મારી પાસેથી ઝૂંટવાઈ જઈશ. નહીં નહીં. નથી ગુમાવવી તને, No Suni, I Can't, I Can't.'

'ગિલ્ટ અનુભવે છે! પત્નીવ્રત લૂંટાઈ જવાનો ભય લાગે છે!'

'હું તને કેમ સમજાવું, સુની! તું મારી કેટલી કેટલી નિકટ છો! તને સદાય એટલી નિકટ રાખવી છે મારે.'

'તું પ્લેટોનિક વાતો ના કર. મને બાળકમાં રસ છે.'

સુબંધુની રગોમાં શરીરનું ઘેન ચડે છે. મૃદુ સુબંધુની ચોપાસ ઘૂમે છે. મૃદુના પડછાયાઓથી વીંટાયેલો સુબંધુ કોઈ દૂરવર્તી વસ્તુને હાથ લંબાવી લંબાવી સ્પર્શતો હોય એમ સુનીને સ્પર્શ કરી રહે છે. ઊંડા અંધકારમાં અતિમૂલ્યવાન મોતી હાથમાંથી સરકી જતાં અજંપો અનુભવતા માનવી જેવો સુબંધુ બની જાય છે.

સુનીતિ મરણિયા બની હાંફતા, વક્ષઃસ્થળ પર માથું ઘસતા, હોઠને ચૂસ્યા કરતા સુબંધુ પર મનમાં મલકે છે. બિચારો! કેવો ગરમગરમ થઈ ઊઠ્યો! કૉલેજનો ટેબલટેનિસ ચૅમ્પિયન, ડબલ્સનો પાર્ટનર, ગ્રેઇટ સ્ટાઇલિસ્ટ હાહાહાહાહા...

*

સવારે આઠ વાગ્યે સુબંધુની આંખો ઊઘડે છે ત્યારે એમાં રાતી બળતરા છે. પડખું ફેરવી બાજુના ખાલી દીવાન પર હાથને લંબાવી મૃદુને શોધે છે.

આખી રાત એક તોતિંગ વૃક્ષની છાયા હેઠળ દબાઈ ગયેલા એક કુમળા વૃક્ષને સુબંધુ જુએ છે. સુનીતિ એ કુમળા વૃક્ષ પર ઝૂલે છે. વૃક્ષ બેવડ વળી જાય છે; પરંતુ સુની તો ઝૂલ્યા કરે છે. ધીમે ધીમે તે વૃક્ષની પાસે આવે છે, પણ વૃક્ષ નજીક આવતું જ નથી. એકાએક સુનીતિ વૃક્ષ પરથી અલોપ થઈ જાય છે. તે સુનીને શોધ્યા કરે છે, પરંતુ સુની તો જાણે ક્યારેય ન મળવાની હોય એમ દૂરના ઘૂઘવતા સાગરમાં, બરફનાં પર્વતીય શિખરોમાં અદશ્ય થઈ ગઈ. એ નિષ્ફળ શોધની કડવી ગંધ એનાં અંગોમાં બહેક્યા કરે છે.

રાત્રે બાર વાગ્યે સુબંધુ સુનીતિ પાસેથી નીકળી ગયેલો. રૂમ છોડતી વખતે ઝંખવાયેલી નજરે સુનીને છેલ્લું ચુંબન કરેલું. સુનીતિ ત્યારે ઘસઘસાટ ઊંઘી ગયેલી.

સુબંધુ રજાઈ ઓઢી એમ જ પડ્યો રહે છે. ઉદાસીનતા મનને દરેક ખૂણે સિમેન્ટ જેવી બાઝી ગઈ છે.

દૂધ લેવા નીચે ઊતરે છે ત્યારે પડોશમાંની મિસિસ પંજવાણી પોતાના ઘરનું બારણું ખોલે છે. 'રાતકો બહોત દેરીસે આયે થે દોશી?' મિસિસ પંજવાણીની આંખોમાં કુતૂહલજન્ય અનેક પ્રશ્નો દેખાય છે સુબંધુને. રોષરોષ ફેલાય છે આખા શરીરમાં, પરંતુ હળવું સભ્ય સ્મિત કર્યા સિવાય બીજો કોઈ જવાબ ન આપતાં તે બારણું બંધ કરે છે. તરત પાછળ બારણું ખખડે છે અને પંજવાણીનો છોકરો સુબંધુનું, પરંતુ હંમેશ પહેલાં મિ. પંજવાણી દ્વારા વંચાતું ટાઇમ્સ હાથમાં મૂકે છે.

ગરમગરમ બે કપ ચા. મૃદુએ તૈયાર કરેલાં તીખી પૂરી, જાડા ગાંઠિયાનો નાસ્તો. ગીઝરમાંથી નીકળતા ગરમ પાણીથી સ્નાન. પિયર્સની સ્નિગ્ધ ખુશબો. સ્નાન કરીને બહાર નીકળે છે, પણ જાણે સ્નાનની તાજગી નથી.

નિયમ મુજબ ટાઇમ્સના છેલ્લા પાના પરની જાહેરખબરો પર ઉત્સુક નજર દોડે છે. બે જાહેરખબર ડાયરીમાં નોંધે છે. પેપરનાં પાનાં આમતેમ ઉથલાવે છે, કપડાં બદલે છે. પણ આજે ટાઈમાં પિન ભેરવનાર, ખભે હાથ મૂકનાર, પાછળ લંબાવેલા હાથમાં કોટ પહેરાવનાર, આસપાસ ટીંગાઈ રહેનાર મૃદુ નથી. જાણે મૃદુ સદાય માટે આ ઘરમાંથી વિદાય લઈ ગઈ છે એવો વિચાર મનમાં ઊઠે છે અને એનાથી ચોંકી ઊઠેલો સુબંધુ ઝેપાયેલો ઝેપાયેલો ઘર છોડે છે.

૭

જાહ્નવિકા પંદર વર્ષની હતી ત્યારે એના પિતાનું મૃત્યુ થયું. પિતાના મૃત્યુ વખતે જાહ્નવિકાની માતા કરતાં એમના ઘરની વૃદ્ધ સ્ત્રીએ આંસુ વધુ સારેલાં. વૃદ્ધાને ખૂબ દુઃખી જોઈ જાહ્નવિકાને ત્યારે થોડુંક આશ્ચર્ય થયેલું, પરંતુ એને કારણે તેને વૃદ્ધા ગમેલી. આમે વૃદ્ધા માટે એને ક્યારેય બહુ અણગમો ઉત્પન્ન થયો જ નહોતો. વૃદ્ધાની સ્નેહાળ ચમકતી આંખો, એનું દેહલાલિત્ય જાહ્નવિકાને બાળપણથી ગમતાં. અલબત્ત, એની માતાને લીધે એ ઝાઝી એ સ્ત્રી સાથે ભળતી નહીં. મા આંખ કાઢતી. દાંત ભીંસતી અને જાહ્નવિકા માતાના ખંડમાં ભરાઈ જતી. માતાને શા માટે આ રૂપાળી સ્ત્રી પર આટલો અણગમો છે એની તેને ખબર ન પડતી. પિતાના મૃત્યુ પછી બે વર્ષે જાહ્નવિકાની માતાનું મૃત્યુ થયું. બે વર્ષ દરમિયાન ભાગ્યે માતાએ એ વૃદ્ધ સ્ત્રી સાથે બે વખતે વાત કરી હશે. માતાના મૃત્યુ પછી જાહ્નવિકાને ખબર પડી કે આ ઘરની અડધી માલિક એ વૃદ્ધ સ્ત્રી પણ છે. ધીમેધીમે વૃદ્ધ સ્ત્રી અને પોતાના પિતાનો સંબંધ જાહ્નવિકાને સમજાયો. માતાને મુખેથા નીકળતાં ને ત્યારે ન સમજાયેલાં ઘણાં વાક્યો હવે એને સમજાય છે.

સુબંધુ સાથેના મેળાપ પછી જાહ્નવિકા વારંવાર મૃત માતાને પ્રશ્ન પૂછે છે, 'શા માટે જન્મ આપ્યો તેં મને મા? શા માટે આપ્યો જન્મ?' અને સુબંધુને ન મળવાના નિશ્ચય સાથે જાહ્નવિકા ચાલી નીકળે છે સ્લમ્સ વિસ્તારોમાં. પહેલી વખત બે દિવસથી સવારસાંજ કાંદિવલીનાં સ્લમ્સમાં જાય છે. માહિમ-કુર્લાનાં સ્લમ્સ વખતે સુબંધુ સાથે હતો, આજે નથી. દરેક પુરુષ સ્ત્રી સાથે પરિચય કેળવી પછી સ્પર્શ જ માગવાનો? અને સ્ત્રી સ્પર્શનો અધિકાર ન આપે એટલે?

સ્લમ્સમાં બેત્રણ ગુજરાતી સ્ત્રીઓ સાથે પરિચય કરે છે.

'પાંચ વરસથી રહો છો? તમારું ગામ છોડી અહીં કેમ આવ્યાં? આ ઝૂંપડા જેવા ઘરમાં, આ ગંદકીમાં રહેવું કેમ ગમે છે?'

ત્રણે સ્ત્રીઓએ માથું ઢાંક્યું છે. કંઈ જવાબ આપ્યા વગર જાહ્નવિકાની સામે જોતી ત્રણે બેસી રહે છે. પછી એક બાઈ ઊઠીને બહાર જાય છે અને બહાર ઊભીઊભી અંદર બેઠેલી સ્ત્રીઓને ઇશારત કરે છે.

'ગભરાશો નહીં. હું તમને તકલીફમાં મૂકવા નથી આવી. બિલકુલ બેફિકર બની મને જવાબ આપો.'

'અમે ખૂબ સુખી છીએ. અમારે કોઈ તકલીફ નથી.'

જાહ્નવિકાને એથી વિશેષ કોઈ પ્રત્યુત્તર મળતો નથી. તે આસપાસ રૂમમાં નજર નાખે છે, બેપાંચ ઍલ્યુમિનિયમની તપેલીઓ, પાંચસાત પિત્તળનાં ગ્લાસ, થાળી અને વાટકા. ઉમરાવનો સ્ટવ. એક નાનકડો ખાટલો. ચોપાસથી આવતી સડેલા કાંદાની ગંધ. તે ઊભી થઈને બહાર નીકળે છે. આમતેમ નજર નાખે છે. એક દક્ષિણી યુવાન બાઈ, સાવ કાળી પણ ચહેરાનો ઘાટ કંઈક આકર્ષક, તેને હાથ કરીને બોલાવે છે. જાહ્નવિકાને ખભે માથું મૂકી તે એકદમ રડી પડે છે,

'મારો પતિ મને મૂકીને નાસી ગયો છે. ત્રણ દિવસથી ભૂખી છું.'

જાહ્નવિકા માટે આ અનુભવ નવો હતો. માહિમ-કુર્લાનાં સ્લમ્સમાં સુબંધુ જોડે હોય. સ્લમ્સના આગળ પડતા માણસો શોધીને તે જાહ્નવિકાનો એમની સાથે મેળાપ કરાવી દે. પાણીની, ગટરની, લાઇટની ને એવી બીજી સુવિધાઓ માટે શું કરવું, કોને અરજી કરવી તેની વાત કરે. અરજી લખી આપે. કોઈ ગરીબ સ્ત્રીને દવાપૈસાની મદદ કરે. ક્યાંય આમ કોઈએ ખભે માથું મૂક્યું હોય એવું એને યાદ નથી. સુબંધુ જોડે ફરતો હોય એટલે બધી વસતિ એમને દૂરથી જોઈ રહેતી. 'આ બધામાં પણ સભ્યતા છે, પ્રેમ છે, સુબંધુ.' અને સુબંધુ મશ્કરીમાં હસતો ત્યારે જાહ્નવિકા મનમાં અકળાતી.

જાહ્નવિકાએ ખૂબ ધીમેથી પેલી સ્ત્રીને પોતાથી અળગી કરી. સ્ત્રીના શરીરમાંથી હલકા સેન્ટ અને સ્નોની વાસ આવતી હતી. જાહ્નવિકાને સમજ નથી પડતી કે સ્ત્રી સાથે કેમ વાત કરવી. ત્યાં બાઈએ કહ્યું,

'મને પચાસ રૂપિયા આપો તો મારે ગામ પહોંચી જાઉં, ત્યાં મારો બાપ છે. મારો ભાઈ છે. અહીં હું કોઈને ઓળખતી નથી.'

જાહ્નવિકા ગૂંચવાઈ જાય છે. આટલા બધા રૂપિયા કોઈએ પહેલાં માગ્યા નથી. તે પર્સમાંથી બે રૂપિયા કાઢીને આપે છે એટલે બાઈ મોઢું મરડે છે.

'કાલે વધારે રૂપિયા આપીશ.'

જાહ્નવિકાની આસપાસ દસબાર વર્ષના છોકરાઓ ટોળે વળે છે. દૂરથી બેત્રણ માણસો જાહ્નવિકા તરફ જોઈ નફ્ફટ હસે છે. જાહ્નવિકા સહેજ ક્ષોભ પામે છે, પણ પછી હિંમત કરી પેલા પુરુષો તરફ જાય છે એટલે એ ત્રણે ત્યાંથી ચાલવા માંડે છે. બાજુમાં નાનકડી હાટડી જેવું ખોલીને બેઠેલો માણસ જાહ્નવિકાને પૂછે છે, 'પેલી બાઈને શું આપ્યું તમે?'

'કોણ છે એ બાઈ?'

'હવે ઘરાકી નથી ચાલતી એટલે આવી રીતે અજાણ્યા પાસે પૈસા પડાવે છે.'

જાહ્નવિકા મનમાં ગુસ્સે થતી ઊભી રહે છે, 'અહીં મ્યુનિસિપાલિટીના માણસો કચરો ઉપાડવા નથી આવતા? આટલી વસતિ વચ્ચે નળ કેટલા છે?'

'અહીંના દાદાઓ કોઈને પેસવા નથી દેતા. પોલીસે એમનાથી ડરે છે. સાંજ પડવા આવી. તમે ચાલ્યાં જાઓ. બધા બહુ ખરાબ છે અહીં.'

'જાહ્નવિકા થાકીને લોથપોથ બની ઘરે આવે છે. સુબંધુનો ખડખડાટ હસતો સ્મિત કરતો ચહેરો સ્મૃતિમાં આવે છે. આ સ્લમ્સ નાબૂદ ન કરી શકાય? તેણે સંજય ગાંધીએ દિલ્હીમાં કરેલા પ્રયોગની ખૂબ પ્રશંસા કરતા લેખ 'વિકલી' અને 'ઇન્ડિયા ટુડે'માં આવેલા તેના તરફ સુબંધુનું ધ્યાન દોરેલું. ત્યારે સુબંધુનો ચહેરો હાસ્ય છોડી રોષથી વિકૃત થયેલો તેણે જોયો હતો, 'સ્લમ્સ નાબૂદ કરવાનો આપણને કોઈ અધિકાર નથી. નહીં, કોઈ જ નહીં.'

આ સમાજ બદલવાની ઝંખના તમને છે, સુબંધુ? કયો સમાજ તમારે બદલવો છે? કેવી રીતે બદલવો છે? પણ મારે તમને યાદ ન કરવા જોઈએ.

અચાનક 'આદિવાસી સંશોધન કેન્દ્ર'ના એક અધિકારી મિ. નાયક જોડે જાહ્નવિકાને પરિચય થાય છે અને એમની સાથે ત્રણેક દિવસ ડાંગની

ભીલવસતિમાં ફરી આવે છે. મિ. નાયક નવસારી જિલ્લાનો અનાવિલ છે. ઉંમર પિસ્તાળીસ.

'તમને કુતૂહલ હોય તો ચાલો, મિસ આચાર્ય. ગામડાંઓમાં રખડવાનું ફાવશે ને?'

અને જાહ્નવિકા ભારતની પ્રજાના એક બીજા ખૂણાને જુએ છે. મકાઈ ને જુવારના રોટલા ખાય છે. માટીનાં પડતર ખાલીખમ ઝૂંપડાંવાળાં ગામોમાં ફરે છે.

'વીસ વરસથી ચાલે છે આ કેન્દ્ર. પણ આ પ્રજામાં ઝાઝું પરિવર્તન નથી આવ્યું, અને મારા દસ વર્ષના અનુભવથી કહું આ પ્રજા બદલાવાની નહીં.'

'શ્રદ્ધા હોય તો જરૂર બદલાય.'

'ખરેખર, બહેન, કોઈને એમને બદલવાની ઇચ્છા નથી. રાજકારણીઓએ પોતાનું વર્ચસ્વ વધારવા ઊભાં કરેલાં આ થાણાં છે. એમને મત જોઈએ છે. આ જ સ્થિતિમાં રાખી એમના મત જોઈએ છે.'

'એમની જાતિનો જ ઉમેદવાર હોય છે તો પણ?'

'તો પણ. એ પણ રાજકારણી. ગામનો આગેવાન બની ફરે અને મત ઉઘરાવી આપે.'

'તમારે એમને હક્કો માટે જાગ્રત કરવા જોઈએ.'

'અમે? તરત ઘરે બેસી જઈએ– નહીંતર બદલી થઈ જાય. પ્રમોશન અટકી જાય. કોઈને ન પડી હોય પછી અમારે શું? સરકાર નિયમિત પગાર આપે છે. અમને જેમ આદેશ આપે તેમ વહીવટ કરીએ.'

ગામના શાહુકારોને મળે છે જાહ્નવિકા.

'દારૂમાં દારૂમાં ડૂબેલી છે આ પ્રજા, બહેન. ઉપરથી ઈશ્વર આવે તોય એમને બચાવી ન શકે.'

મૅટ્રિક સુધી ભણેલા એકબે આદિવાસી યુવાનોને મળે છે.

'આ શાહુકારો, નેતાઓ ને અધિકારીઓ બધા ચોર છે. અમને લૂંટે છે અને પછી અમને જ ગાળો ભાંડે છે.'

'તમારા લોકોને તમે સમજાવો.'

'ઘરડાઓ અમને મૂરખા ગણે. આ શાહુકારો પર જ એમને વિશ્વાસ. આખી જિંદગી એમની પાસેથી પૈસા મળે. એમના સિવાય પૈસા કોણ આપે?'

આ દેશનો ઉદ્ધાર! સુબંધુનું ખડખડ હાસ્ય. જાહ્નવિકા આચાર્ય સિવાય કોને કરવો છે આ દેશનો ઉદ્ધાર? ઉદ્ધાર? ઉદ્ધાર! એનો અર્થ શું જાહ્નવિકા આચાર્ય? જાણો છો?

તમતમે છે હજી જાહ્નવિકાના કાન સુબંધુનાં વાક્યોથી. દરેક પોતાનું ઘર દુરસ્ત કરે છે. તમે તમારું ઘર દુરસ્ત કરો. દેશને દુરસ્ત? આ ખંડિયેર દુરસ્ત ન થઈ શકે. નવું જ ઘર. આ ખંડિયેરને પાડી નવું ઘર.

તમે સિનિક છો. શ્રદ્ધા વગરના છો. મારા વિશ્વાસને ન ડગાવો. કેમ ડગાવો છો તમે? એક જ્યોત ઝળહળે છે. તેલના દીવાની. ન ઓલવાય એવી. શું વળશે જલીને આ જ્યોતથી?

મિ. નાયક જીપમાં વલસાડ મૂકવા આવે છે. કોઈ ઉષ્મા વગરનો જડ રીતે વૈતરું કરતો સરકારી નોકર લાગે છે જાહ્નવિકાને. એને વિશેષ રસ છે, પોતાના ગામની ખેતીમાં. એને રસ છે ગમે તેમ કરી પોતાના છોકરાને એન્જિનિયર બનાવવામાં. એને ચિંતા છે પોતાની છોકરી માટે સરસ ડૉક્ટર-એન્જિનિયર છોકરો શોધવાની. એ માટે ભેગો કરવાના વાંકડાની. જાહ્નવિકા ડાંગના ભીલો કરતાં મિ. નાયકના કુટુંબ વિશે ને અનાવિલો વિશે વધારે માહિતી મેળવે છે. સ્ટેશન પર સસ્મિત વદને તે જાહ્નવિકાથી છૂટો પડે છે.

'તમારા ચહેરા પર વ્યગ્રતા દેખાય છે, જાહ્નવિકાબહેન. આ ભીલડાંઓનો ભાર લઈને ન ફરશો. દુનિયા તો આમ જ ચાલી છે ને ચાલ્યા કરવાની. આપણે તો આ ફિલસૂફી પ્રમાણે જીવીએ છીએ.'

નાયકના મેળાપ પછી સુબંધુની સ્મૃતિ વિશેષ ઉત્કટ બની છે. નાયકમાં નૈરાશ્ય છે. સુબંધુમાં નૈરાશ્ય છે. પણ નાયકનું નૈરાશ્ય જડ માનવીનું નૈરાશ્ય છે. સુકાઈ ગયેલા બી જેવું. સુબંધુના ખડખડ નૈરાશ્યમાં તાજા બીમાં અનુભવાતો ખાતર, પાણી ને પ્રકાશના અભાવનો તરફડાટ છે. એટલે જ તમારાથી છૂટી શકતી નથી સુબંધુ. હું તમને કંઈ આપી શકું એમ નથી. તમે મૃદાંગનાના પતિ. મારા મિત્ર. તમે મારા મિત્ર બનો. કેમ સમજાવું તમને?

સુબંધુ દોશી ત્રણચાર દિવસથી બેચેન છે ઘરમાં ને ઑફિસમાં. 'ક્લેયમેન્ટ ઍન્ડ કંપની'માં પોતે આસિસ્ટન્ટ સેલ્સ મૅનેજર છે એ વાત ઑફિસમાં

પગ મૂકે છે ત્યારે જ એને યાદ આવે છે. નિયમ પ્રમાણે ઑફિસમાં આવે છે, કારણ કે આવવાનો એક રાગ પડી ગયો છે. સવારે ઊઠો. નાસ્તો કરો. ચા પીઓ. સ્નાન કરો. પેપર ઉથલાવો. ઘડિયાળમાં જુઓ. ૯.૩૭ની ટ્રેન તરત યાદ કરો. અને પછી ચાલો ૧૦.૩૦થી ૫.૩૦ ઑફિસમાં, ફૅક્ટરીમાં. રોજ ચાલે છે એ પ્રમાણે જીવન, એ ટેવ મુજબ હાથ ચાલે છે, પગ ચાલે છે, મોં ચાલે છે. એ ટેવ મુજબ બધાં અંગો એકદમ ચપળ બની દોડે છે. એ ટેવ મુજબ મગજનાં વિવિધ ખાનાં જુદીજુદી વ્યક્તિઓ પાસે ગુપ્તપણે ખૂલે છે અને બંધ થાય છે. અને આમ આખો દિવસ ગુપ્તપણે ખાનાંની ઉઘાડબંધ કરતો ચાલ્યા કરે છે, દોડ્યા કરે છે. મન તમારું ભલે ને ગમે ત્યાં અટવાયું હોય, પરંતુ આ અંગો ને બુદ્ધિનાં ખાનાં જરાય ભૂલ વગર પોતાનું કામ કર્યા કરે છે. માત્ર ધ્યાન એટલું રાખવાનું કે પેલું આંદોલિત થયેલું મન બુદ્ધિમાં પ્રવેશી બુદ્ધિને અવળસવળ કરી ન નાખે. મન અને બુદ્ધિનો ક્લેશ ટાળી દો. પછી ચિંતા નહીં. નિર્લેપ બની બસ પછી ફર્યા કરો, આરામથી, મોજથી.

સુબંધુ દોશી તો શહેરનો માનવી છે. ગળથૂથીમાં મળ્યા છે આ સંસ્કાર એટલે સ્વસ્થતાપૂર્વક ચાલવાની કુશળતા એણે આમ તો બરોબર પ્રાપ્ત કરી લીધી છે. પણ આપણે જાણીએ છીએ, તંદુરસ્ત માનવીઓ ક્યારેક બીમાર પડી જાય. હંમેશ ખાધેલું માણસને ક્યાં પચે છે? ક્યારેક પેટમાં ચૂંક આવે, મોળ ચડે એવુંએવું કંઈક બને. સુબંધુ દોશી પણ આજકાલ આવી જ કોઈ ગુહ્ય પ્રક્રિયાથી બેચેન બની ગયા છે. અલબત્ત, બેચેન બનવા માટે એમનો કોઈ દોષ નથી. એમની કોઈ જવાબદારી નથી. પોતે તો બિલકુલ નિર્દોષ છે, પ્રામાણિક છે, નિષ્ઠાવાન છે. દુનિયાના બીજા માનવીઓ જ દુષ્ટ ને લુચ્ચા છે. અને દુષ્ટ માનવીઓ જ પોતાના જેવા પ્રમાણિક માણસને હેરાન કરે છે. આવુંઆવું આજકાલ જેમ દરેક વ્યક્તિ માનતી હોય છે તેમ સુબંધુ દોશી પણ માને છે. પેલી સુનલી, મૃદલી ને જાહ્નકી ત્રણે એનાં દુશ્મન થઈને બેઠાં છે: જો આ ત્રણે સ્ત્રી સુબંધુ દોશી જોડે સારી રીતે વર્તે તો સુબંધુ દોશી જરાય બેચેન ન રહે. પણ એ ત્રણ દુષ્ટ સ્ત્રીઓ બિચારા સુબંધુ દોશીને હેરાન કરે છે અને સુબંધુ દોશી મૂંગે મોઢે એમની દુષ્ટતા બરદાસ્ત કરી લે છે. સુનીથી પુરોહિતમાં છૂટો પડ્યો, પછી સુનીનું મોં જોયું નથી. ફોન પર ફોન કર્યા પણ દરેક વખતે જુદા જવાબ મળ્યા. બહાર ગઈ છે. રજા પર છે. મૅનેજર પાસે છે. ખબર નથી. જવાબ સાંભળી સુબંધુ દોશી રિસીવર પછાડે, પણ સુની ટેબલ પર હોય જ નહીં એટલે થાય શું? એક વખત

રિઝર્વ બૅંક પર ચક્કર મારી આવ્યો. ખબર પડી કે સુનીતિ તો આઠેક દિવસની રજા પર છે. બહારગામ ગઈ છે. અહીં જ છે. બીમાર છે. અકસ્માત થયો છે. શું થયું છે સુનલીને, કોઈ જાણતું જ નથી! એટલી ખબર છે કે સુનીતિ શાહ આઠેક દિવસની રજા પર છે. સુનીને ઘરે જવાની ઇચ્છા થાય છે ને સુબંધુ એ વિચારને અમલમાં મૂકવાનો માંડી વાળે છે. આમ તો લગ્ન પછી ગયો છે સુબંધુ એકબે વખત સુનીને ઘરે. એની મમ્માને મળ્યો છે, પરંતુ સુનીની મમ્માને ત્યાર પછી મળવાની એની ઇચ્છા મરી ગઈ છે, કારણ કે સુનીની મમ્મા પર એ મનમાં ને મનમાં ધૂંધવાયો છે. સુનીની મમ્માને સુની માટે કોઈ સારો દેખાવડો, પ્રેમાળ, હોશિયાર યુવાન શોધી આપતા તૈયાર હતો અને આજે પણ તૈયાર છે, પરંતુ સુનીની મમ્માને પોતાની હોશિયારીનું અભિમાન હોય, સુબંધુ દોશીની સલાહની, મદદની એને જરૂર જ ન હોય પછી બિચારો સુબંધુ શું મદદ કરી શકે?

અને જાહ્નવિકા સાથે એને સંપર્ક જ રાખવો નથી. અલબત્ત, એને જાહ્નવિકા યાદ તો વારંવાર આવે છે. પરંતુ નહીં. એને મળવું નથી. મળે તો સમાજના ઉદ્ધારની ને આદર્શની પોકળપોકળ વાતો સાંભળવી પડે ને? એય સાંભળી લે કદાચ, પણ એનાથી ફાયદો શું? સહેજ એના હાથને આછો અમસ્તો સ્પર્શ કર્યો. અરે ભાઈ, આ યુગમાં અને એમાંય આ મુંબઈ શહેરમાં સ્ત્રીપુરુષ સંબંધો સાવ બદલાઈ ગયા હોય ત્યાં સહેજ અમથા સ્પર્શથી 'તમારામાં તો સેક્સ છે,' 'સેક્સથી સ્ત્રી પામી શકાતી નથી.' અને 'સમાજ છિન્નભિન્ન થઈ જશે' ને આવી બધી સુફિયાણી સલાહ સાંભળવાની! મરવા દો. એવી જાહ્નવિકાઓ વગર સુબંધુ દોશી ક્યાં ઉઘાડાઅડવાણા છે તે એમને સામેથી મળવા જાય? એટલે મનમાં ધૂંઆપૂંઆ થતા સુબંધુ દોશી દાંત કચકચાવીને ઑફિસમાં બેઠાંબેઠાં કામ ખેંચ્યે જાય છે.

મૃદુ પણ જાણે મુંબઈ શહેરમાં ખોવાઈ ગઈ છે. બોરીવલી ગઈ તે ગઈ. નથી કોઈ ફોન, નથી કોઈ સમાચાર. કોઈ સામેથી યાદ કરવા તૈયાર હોય તો સુબંધુ દોશી યાદ થવા તૈયાર જ છે. પણ સામે ચાલીને ક્યાંય જતાં જીવ ચાલતો નથી. મૃદુ પોતાને જોઈને પકડી પાડે તો? ફોન કરે તો તો સુબંધુ દોશી એક વખત મૃદુ જોડે સરસ મજાનો સંબંધ પાછો સ્થાપી દે અને અંદર ને અંદર કોચ્યા કરતા મનને ચીપિયાથી પકડી મોં દબાવીને એક ખૂણામાં દબાવી દે કે પછી અંદરથી બાળી નાખતું વિષ એ ઓક્યા ન કરે. બસ પછી તો સુબંધુ દોશી રાજા. હસતારમતા બની જાય. સાવ હળવાહળવા ફૂલની જેમ ફરવા માંડે.

એમાં ઑફિસમાં પેલી મિસિસ પાટીલ જીવ લઈ લે છે સુબંધુ દોશીનો. દિવસમાં કંઈકેટલીય વખત કેબિનમાં આંટા મારી જાય છે. 'મિ. દોશી, આ શબ્દ તમે શું બોલ્યા હતા તે ખ્યાલ નથી.' 'તમે બહુ ઝડપથી લખાવો છો.' એવી લટકાળીમટકાળી બનીને આવે, એવી તો ચોટલો હાથથી રમાડતી આવે. શું આંખો દમકાવે! શું ગાલમાં ખંજન પાડી સ્મિત કરે! સાવ મિ. દોશીની નજીક જઈને ઊભી રહે. મિ. દોશીના નાકને મઘમઘાવી મૂકે. મિ. દોશી કંટાળી જાય, ઉબાઈ જાય. ખરેખર. જરાય જૂઠું નથી બોલતો હું. ખરેખર મિ. દોશી પાટીલથી કંટાળી જાય છે. ચીડમાં એકબે વખત કહી પણ દે છે, 'પછી આવો, મિસિસ પાટીલ, કામમાં છું, તમે ઝડપથી નોટ લેતાં શીખો. ઝડપ વધારો.' અને મિસિસ પાટીલને કેબિનમાંથી પાછી ધકેલી મૂકે છે.

મિસિસ પાટીલ ટેબલ પર જઈ ધ્રુસકે ધ્રુસકે રડી પડે છે. આખી ઑફિસ ભેગી થઈ જાય છે. પછી વિખેરાઈ જાય છે. એક ટેબલ પરથી બીજા ટેબલ પર કાનફૂસિયાં ચાલે છે. એક કેબિનમાંથી બીજી કેબિનમાં અને બીજી કેબિનમાંથી ત્રીજી કેબિનમાં ફોન પર ફોનની રિંગ વાગે છે. દેસાઈ ખરેખર ખુશ થઈ જાય છે અને મિ. દોશી ઑફિસમાં થતા સળવળાટને અનુભવે છે. મિ. ભટ્ટ રજા પર છે. પ્યૂન કતરાતી નજરે મિ. દોશી સામે જોતો કેબિનમાં આવે છે. મિ. દોશી એની પાસેથી જાણવા મથે છે. 'ખબર નથી સાબ ક્યા હુઆ. વહ સ્ટેનો પાટીલ ટેબલ પર રો પડી.' અને કેબિનની બહાર ચહેરા પર અણગમો વ્યક્ત કરતો ચાલ્યો જાય છે.

પેસ્તનજી ખુશખુશાલ છે. ટેબલ પાસે આવે તેની પાસે શેવ કરેલી રાતા લોહીથી તગતગતી દાઢી પર હાથ ફેરવતો ફેરવતો પોતાના રણકદાર અવાજથી વાતાવરણને સ્ફોટક બનાવે છે. 'શું જમાનો આયવો છ બાવા! માણસ મરી પરવાર્યો આ ઢરટી પર. ખુસામત કરો. લુચ્ચાઈ કરો. જૂઠું બોલી એને સાચું છે સાચું છે એમ કહ્યા કરો, બીજાની બૈરી જોડે દિલ્લગી ક્યૂરા કરો. અરે ભાઈ, ઉં એમ પૂછું કે આ બઢું કાં અતકવાનું? ઉં ટો એતલું જાનું કોઈ ખુદો જન્નતમાંથી ઉટરી સજા નઠી કરવાનો આ દુસ્તોને. યુનિયન એ જ આપણો ખુદો. બઢા લુચ્ચાઓને યુનિયનગૉડની સજા કરો. નહીંટર આ ઢરટી પર બઢા રાક્ષીસ થઈ જાવાના.'

કિશોરીલાલ ગુપ્તા દેસાઈને ફોન કરે છે, 'અરે ભાઈ, આ કંપની કેવા માણસોને લઈ આવે છે? તમે સમાચાર સાંભળ્યા કે નહીં?'

'શું થયું, શું થયું ગુપ્તાજી? મને કંઈ ખબર નથી. આપણે તો કેબિનમાં આવ્યા પછી ઑફિસવર્ક સિવાય બીજો વિચાર જ નહીં.'

'આખા ઑફિસ જાણે છે ને? આ અમારા ડિપાર્ટમેન્ટમાં એક હોશિયાર હોશિયાર ઑફિસર આવ્યા છે. રિસેસમાં મિસિસ પાટીલને બોલાવ્યાં. અને પછી સમજી લો. સાલાની પાસે કલ્ચરબલ્ચર છે કે નહીં? ઑફિસર્સનાં નામ બદનામ કરે છે.'

'નહીં, ગુપ્તાજી નહીં. આપણી ઑફિસમાં ક્યારેય નથી બન્યું. ઑફિસરોની મિટિંગ બોલાવવી જોઈએ. મૅનેજિંગ ડાયરેક્ટરને જોઇન્ટ લેટર આપવો જોઈએ.'

કામમાં વ્યસ્ત બેચેન મિ. દોશીને જનરલ મૅનેજર ચોકસીનો ફોન આવે છે,

'દોશી, પેસ્તનજીને એક મેમો આપો, સ્ટાફની ઉશ્કેરણી કરવા બદલ.'

સામેથી ફોન મુકાઈ જાય છે. મિ. દોશી જોરથી માથું હલાવે છે. બે કપ કૉફી પીએ છે. ઉપરાઉપર બેત્રણ સિગારટ ફૂંકી નાખે છે. દિવસમાં એકાદથી વધારે સિગારની ટેવ નથી. મિ. દોશી ખૂબ અસ્વાભાવિક રીતે એકસાથે આટલી સિગાર ફૂંકે છે.

સાંજે છ વાગ્યે સુબંધુ દોશી સીધો ચર્ચગેટ સ્ટેશન પર પહોંચે છે. વીરાર ડબલફાસ્ટમાં ચીલઝડપે ચડી બારી પાસે ગોઠવાઈ જાય છે. બોરીવલી પહોંચે છે ત્યાં સુધી હરામખોર દેસાઈ પર મનમાં હસે છે. કિશોરીલાલ ગુપ્તાના શરીરનો એકએક સફેદ વાળ ખેંચે છે. સાન્તાક્રુઝ સ્ટેશન પરતી સડસડાટ ધૂળ ઉડાડતી ટ્રેન પસાર થઈ જાય છે.

મનમોહન શાહ હજી ઑફિસમાંથી પાછા નથી ફર્યા. સુબંધુ માટે મનમોહન શાહનું ઘર એટલે બહારનું પંદર બાય તેરનું દીવાનખાનું. બ્લૅક ઍન્ડ રેડિશ કલરનો સોફા. સાળી સુનયના જોડે ટોળટપ્પા. વચ્ચેવચ્ચે મૃદુના રસોડામાંથી ડોકિયાં. સુનયના જોડે ફિલ્મની અને સ્પૉર્ટ્સની વાતો. ફુલ મૅક્સી ને ચાઇનીઝ ડ્રેસ મિડી ફ્રૉક ને જિન્સપૅન્ટ જેવા ડ્રેસીઝની વાતો. એટલે સુબંધુ માટે સુનયના ઇઝ ઇક્વલ ટુ સ્પૉર્ટ્સ-ફિલ્મ-ડ્રેસ-મજાક. મૃદુનાં બા એટલે સામાજિક દુનિયામાં ડૂબકી. મઘમઘતી તમતમતી વાનગીઓ. પ્રશંસા, ખડખડ વહી જતી જળશીકરોવાળી નદીનો કિનારો એટલે મનમોહન શાહનું ઘર.

પણ આજે સુબંધુને હંમેશ જેવો આનંદ નથી થતો. મૃદુ હતી પણ સુસ્ત ને ઉદાસ. 'બાબો બે દિવસથી બીમાર થઈ ગયો છે. બે રાતના ઉજાગરા થયા.'

સુબંધુને જોઈ મૃદુના મુખ પર ચમક આવી ગઈ. 'મેં ધારેલું તમે આવશો ને તમે આવ્યા.'

સુબંધુ હૉસ્પિટલ પર ચક્કર મારી પાછો આવી જાય છે. રાત્રે દસ વાગ્યે ઘરે પાછો ફરે છે ત્યારે સુનીના સ્પર્શદાહની વેદના એનું રોમેરોમ ઝંખે છે.

મૃદુથી છૂટો પડ્યો ત્યારે મૃદુ કહેતી હતી,

'ઉનાળા પહેલાં ફ્રિજ લઈ લેવું છે. લેશું ને, સુ? ફ્રિજથી બહુ સગવડ રહે.'

સુબંધુ મૃદુ સામે જોઈજોઈ ખૂબ હળવો બની ગયો. મૃદુની વાત સાંભળી સ્મિત કર્યે રાખ્યું. પણ ઘરે પહોંચ્યો ત્યાં સુધીમાં વળી મૃદુ પાસેથી ખસી સુની પાસે પહોંચી ગયો. ફરીફરી મૃદુ એની સ્મૃતિમાં આવતી રહી.

કેવી છે આ સ્ત્રી! વેપારનું કે સાહસનું નામ લો એટલે ગભરાઈ જાય. આપણું કામ નહીં એમાં સુબંધુ. નોકરી સારી. નિયમિત પગાર. એમાંથી થોડુંથોડું બચાવો. અડોશીપડોશી, ઓળખીતાંપાળખીતાંને વખતોવખત વાકેફ કરતા રહો. અમે સોફાસેટ લીધો, સામે ડાઇનિંગ ટેબલ લીધું, અમે સ્ટીરિયો લીધો, અમે ટેપ લીધું અમે અમે અમે... ને એક દિવસ રિટાયર થઈ વસાવેલી વસ્તુઓને જોઈ જોઈ મલકાયા કરો, ન વસાવી હોય એનો મનમાં રંજ લઈ ફર્યા કરો. આવતા જન્મમાં, નહીંતર પછીના જન્મમાં, નહીંતર એના પછીના જન્મમાં, નહીંતર એના પછીના પછીના જન્મમાં...

પથારીમાં આળોટે છે સુબંધુ. લખલખતા પ્રકાશની જેમ સુની પર છવાઈ જવા પોતાનાં બધાં બળોને આહ્‌વાન કરે છે. એની સાથે આખો ફ્લૅટ, એનું ફર્નિચર અજ્ઞાત બની જાય છે. આ સમગ્ર અસબાબ સાથે પોતાને કોઈ સંબંધ નથી. પોતે ગેસ્ટહાઉસમાં આવીને સૂતો છે, જેને છોડી ગમે ત્યારે પોતે ચાલી નીકળવાનો છે.

*

શાન્તિપ્રસાદ જીંથરિયાના પ્રવાસથી પ્રસન્ન છે. જૂના મિત્રો મળ્યા. જશુભા દરબારની વાડીએ થયેલી શેરડી ખાધી. ટેકરી પર આવેલા અંધારિયા હનુમાનનાં દર્શન કર્યાં; શિયાળાની સૂકી ઠંડીમાં પેટ ભરીભરીને જમ્યા. કોઈ કહે નહીં થોડા દિવસ પહેલાં શાન્તિપ્રસાદને બી. પી.ની તકલીફ હતી. વારંવાર કોઈ ને કોઈ રીતે બેચેન બની જતા, જીંથરિયામાં પાંચે ઇન્દ્રિયોથી પ્રસન્ન થઈ ઊઠ્યા.

મુંબઈ શહેર, ક્લેયમેન્ટ ઍન્ડ કંપની, એમાં ઊભી થવાની ડે. મૅનેજરની પોસ્ટ, એ ટ્રેનની રોજ ધક્કામુક્કી, માણસો જ માણસો, ચારેબાજુ અથડાતા માણસો જાણે કોઈ મિથ્યા સ્વપ્ન હોય એમ સ્મૃતિમાંથી સરી ગયાં. અલબત્ત, નિરંજન અહીં ગોઠવાતો નહાતો. શાન્તિપ્રસાદની જોડે ફર્યા કરતો. એના જેવા યુવાનો એનાથી કદમાં ને પહેરવેશમાં સાવ જુદા પડી જતા. નિરંજનની સામે ન જોતાં હોય એમ જોઈ લેતા. પણ શાન્તિપ્રસાદ તો જાણે મુંબઈ પાછા જવું જ ન હોય એવી નિરાંતથી ફરતા.

પરંતુ શાન્તિપ્રસાદ નિરંજનનું સગપણ નક્કી કરીને આવ્યા એ વાતથી ખૂબખૂબ પ્રસન્ન હતા. નિરંજને થોડીક આનાકાની પછી હા પાડી દીધી. શાન્તિપ્રસાદે સમજાવી લીધો. દાદાની દાઢીવાળી લાલ આંખોવાળી સ્થિર મુદ્રાએ ધાક પ્રસાર્યો. અને સામે થવાની તાકાત બાળપણથી નિરંજનમાં કેળવાઈ નથી. દરેક વ્યક્તિ એને પોતાના તરફ ખેંચી શકે.

સગપણની વાત જાણી સવિતાએ જ્યોતિ ઍપાર્ટમેન્ટના બ્લૉકને ધ્રુજાવવા માંડ્યો, પરંતુ આજે સવિતાનો ક્રોધ જોઈ શાન્તિપ્રસાદ અનેરા આનંદથી છલકાય છે, કારણ કે એમણે આજે તો સામનો કરવા પિતાની સરસ ઢાલ હાથમાં મજબૂત રીતે પકડી છે.

'હું હજી કહું છું, લખી નાખો અને તોડી નાખો સગપણ. મેં ક્યાં જોઈ છે છોકરી?'

'નિરંજનને ગમી. બાપાને ગમી. મને ગમી.'

'ખોટી વાત. નિરંજનને તમે ચાવી ચડાવી. વચન આપીને ગયેલો મને.'

'નળનાં પાણીનાં વચન, ગાંડી.'

અદબ વાળીને નીચું માથું રાખી બેઠેલો નિરંજન આડું જોઈને સ્મિત કરે છે. એ જોઈને સવિતાની આંખો પહોળી થઈ જાય છે.

'કેવો રાંક છોકરો સાવ બેશરમ થઈ ગયો.'

નિરંજન હસવું દાબતો મોં નીચું રાખી ગૅલરીમાં જઈને ઊભો રહે છે. બહાર ટેપ પર 'પ્યાસા'નું ગીત સંભળાય છે.

'તું એ છોકરી જો. અમને ભૂલી જઈશ.'

'ભણેલી છે? શહેરની ફૅશનેબલ છોકરી મૂકી એ ધૂળિયા ગામની છોકરીઓમાં પડવાનું? તમારા બાપાની જેમ તમેય અક્કલ ગીરો મૂકી છે.'

શાન્તિપ્રસાદ હસે છે. સવલીના આ પરાજયથી પ્રસન્ન છે. બાળપણથી આ પ્રકારના ઝઘડાથી ટેવાયેલો નિરંજન કયા પક્ષે રહેવું એની મૂંઝવણમાં છે.

*

શાન્તિપ્રસાદ પાંચ દિવસે ઑફિસે આવે છે, પેસ્તનજી ને બીજો સ્ટાફ ટોળું વળીને ઊભો છે. શાન્તિપ્રસાદને જોઈ પેસ્તનજી તેમના તરફ સરી આવે છે, કાનમાં ગણગણે છે અને ચાલ્યો જાય છે. શાન્તિપ્રસાદ આશ્ચર્યમગ્ન પ્રસન્નતા અનુભવતા ઝડપથી ઉપર જાય છે. દોશીને કેબિનની બહાર અસ્વસ્થ, વિચારમગ્ન અવસ્થામાં જોઈ તેની સામે 'ગુડ મૉર્નિંગ, ગુડ મૉર્નિંગ, મિ. દોશી. શું ધમાલ છે ઑફિસમાં વળી? આ દેશના ઉદ્યોગોનું શું થવા બેઠું છે?'

મિ. દોશીની કેબિનમાં ફોનની રિંગ રણકે છે, એટલે કંઈ જવાબ આપ્યા વગર ઝડપથી એ પાછો પોતાની કેબિનમાં પેસી જાય છે. મિ. સુથાર સામેથી બોલતો હતો,

'ચિંતા ન કરશો મિ. દોશી, કંઈ થવાનું નથી. મિસિસ પાટીલને બધા ઓળખે છે.'

'પણ વાત શું છે, સુથાર?'

'તમે તો બિલકુલ અજાણ્યાની જેમ વાત કરો છો, મિ. દોશી!'

'પણ વાત શું છે?'

'કંઈ નહીં. ઓ. કે. સામેથી રિસીવર મુકાઈ જાય છે. મિ. સુથાર મિ. રંગટાને ફોન જોડે છે.

'હેલો, મિ. રંગટા. દોશી તો કંઈ જાણતો ન હોય એમ વાત કરે છે.'

'જૂઠો છે. બધું જાણે છે. ઑફિસમાં આટલો વંટોળ ઊઠ્યો છે અને ન જાણે? ઢોંગી છે.'

'મિસિસ પાટીલની વાત પણ સાચી છે?'

'સો ટકા સાચી. દોશી કેટલી છોકરીઓ સાથે ફરે છે! ઇરોઝ પર એક છોકરી, મેટ્રો પર બીજી, રિગલ પર ત્રીજી. કેટલી છોકરીઓના ફોન આવે છે રોજ. પૂછો ઑપરેટરને. સાલો ડિબૉચ છે અને મિસિસ પાટીલે સાલી ફ્લર્ટ છે. હું એને ઓળખું.'

મિ. દેસાઈ મિ. દોશીને ફોન જોડે છે.

'ગભરાશો નહીં, દોશી. હું તમારી સાથે છું. મેં મિ. ગુપ્તા જોડે વાત કરી છે, મિસિસ પાટીલની બાબતમાં. તમે ચિંતામુક્ત થઈ જાઓ.'

'આભાર તમારો, મિ. દેસાઈ.'

મિ. ચોકસી ફોન કરે છે મિ. દોશીને.

'હેલો, દોશી. ચિંતા ન કરશો. હું ઠીક કરી દઉં છું બધું. મિસિસ પાટીલ સાથે ખરેખર તમારે શું ઘટના બની એ નિખાલસપણે મને કહો.'

'માફ કરજો, સર, મિસિસ પાટીલ જોડે મારે કંઈ બન્યું નથી. હું આખી વસ્તુ સમજી શકતો નથી.'

'આઈસી. ગઈ કાલે તમારી કેબિનમાં મિસિસ પાટીલ આવી હતી?'

'હા. બેચાર વખત. પણ ખરેખર વાત શું છે? કોઈ ગંદો આક્ષેપ મારા પર મુકાતો હોય એવી ગંધ આવે છે!'

'હું એ લેડીને બરોબર ઓળખું છું. તમે ચિંતા ન કરશો. હિતેચ્છુ તરીકે સલાહ આપું? અકળાશો નહીં. નહીંતર પરિસ્થિતિ વધુ કથળશે. Take it easy. કાલે પેસ્તનજીને મેમો આપી દીધો?'

'હા.'

સામેથી રિસીવર મુકાઈ જાય છે.

મિ. દોશી આવેશમાં ખુરશીમાંથી ઊભો થઈ જાય છે.

અડધો કલાક પછી પેસ્તનજી ટાઇપિસ્ટ દારૂવાલા અને મિસિસ પાટીલ સાથે મિ. ચોકસીની ચેમ્બરમાં છે.

'તમે પૂછો મિસ દારૂવાલાને સર, મિસિસ પાટીલ કેતલી રડી હતી એના તેબલ પાસે. લંચનો સમય હતો. ઑફિસ આખી ખાલી હતી. બરોબર ટે જ સમયે મિ. દોશીએ પાતીલને શા માટે બોલાવી?'

મિ. ચોકસી. માથે આછા વાળ. આંખો ચમકદાર. પાંચ ફૂટ દસ ઇંચની ઊંચાઈ, શરીર સશક્ત, ચહેરાની રેખાઓ બિલકુલ શાંત ને પ્રસન્ન.

'અકળાઓ નહીં પેસ્તનજી. હું તમારી લાગણી સમજી શકું છું. પણ આખી હકીકત મારે પૂરેપૂરી જાણવી તો જોઈએ ને?'

'મિસિસ પાટીલ, તમને મિ. દોશીએ લંચ સમયે કેબિનમાં બોલાવ્યાં

હતાં કે તમારે લંચ પછી રજા જોઈતી હતી અને કેટલુંક કામ મિ. દોશીનું હતું એટલે તેમની કેબિનમાં ગયાં હતાં?'

મિસિસ પાટીલ ચકળવકળ બનતી ચબરાક બનવાનો નિષ્ફળ યત્ન કરે છે.

'ઑલરાઇટ, પેસ્તનજી, તમે અને દારૂવાલા જઈ શકો છો. મિસિસ પાટીલ, તમે અહીં બેસો. હું મિ. દોશીને બોલાવું છું.'

એક કલાક પછી ઑફિસનાં ટેબલ ઘોંઘાટથી ભરાઈ જાય છે. મિ. દોશીએ મિ. ચોકસીની કેબિનમાં મિસિસ પાટીલની માફી માગી ત્યારે એ ત્રણ સિવાય બીજું કોઈ ચેમ્બરમાં હાજર ન હતું. ચેમ્બરની બહાર નીકળ્યો ત્યારે મિ. દોશી અને મિસિસ પાટીલ પરસ્પર હસીને વાતો કરતાં હતાં. મિસિસ પાટીલે પોતાના ટેબલ પર આવી મિ. દોશીના સરળ ને નિખાલસ સ્વભાવની પ્રશંસા કરી. એક કલાક પછી મિસિસ પાટીલની પ્રોડક્શન વિભાગમાં ટ્રાન્સફર થઈ ગઈ. સમગ્ર સ્ટાફે આ ટ્રાન્સફરને પોતાનો વિજય માની વધાવી લીધી. મિ. દોશીએ પોતાની કેબિનમાં જઈ મિ. ચોકસીનો ફોન પર ખૂબ હળવેથી આભાર માની લીધો.

સાંજે ચારેક વાગ્યે મિસિસ પાટીલ મિ. દોશીની કેબિનમાં દાખલ થાય છે.

'મારી કૉન્ફિડિશિયલ ફાઇલ વિશે કોઈને વાત નહીં કરશો, પ્લીઝ, મિ. દોશી. I request you.'

દોશીના ચહેરા પર હળવું સ્મિત છે.

'Rest assured.'

મિસિસ પાટીલ દોશીની કેબિનમાં ફર્શ પર એકએક ડગલું ગણે છે. સાંજે કંપની ડિરેક્ટર્સની મિટિંગ મળે છે.

ઑફિસમાં ઊઠેલા વંટોળ વચ્ચે મિ. ભટ્ટ પોતાનું કામ ઝડપથી પતાવવામાં મશગૂલ થઈ જાય છે. કેટલી બધી ઝડપથી કામ ઊકલી રહ્યું છે! મિ. ભટ્ટ પોતે જ પોતાની ઝડપ પર આફરીન થઈ ઊઠે છે. રિસેસમાં રજા પરથી આવી ગયેલા પિંગેની તબિયતના સમાચાર પૂછે છે.

'કુલકર્ણી યુ. પી. જઈને મોટા ફતેહ મેળવી લાગ્યા!' પિંગેના અવાજમાં ઈર્ષ્યાપૂર્ણ વ્યંગ છે.

'તબિયત સાચવ, પિંગે, તું તબિયત સાચવ.'

કિશોરીલાલ ગુપ્તાએ ભટ્ટને સમાચાર આપી દીધેલા કે કુલકર્ણી ટી.એ.ડી.એ. કમાઈને આવી ગયા છે. 'અરે અમે તો પહેલેથી કહેતા હતા, યુ. પી. બિહારમાં કંપની કો માર્કેટ નથી. કભી મળવાના પણ નથી.'

કુલકર્ણી મિ. ભટ્ટ પાસે આવી સમાચાર આપે છે,

'ખૂબ રિસ્પૉન્સ આપણને મળ્યા, ભટ્ટસાહેબ. આવતે વર્ષે યુ.પી.-બિહારમાંથી બહુબહુ ઑર્ડર કંપનીને મળવાના.'

મિ. ભટ્ટ કુલકર્ણીને શાબાશી આપે છે.

મિ. દેસાઈનો ફોન આવે છે.

'ભટ્ટભાઈ, ક્યાં ખોવાઈ ગયેલા? કંપનીમાં તમાશો ચાલતો હોય અને તમે ગેરહાજર રહો તે સારું નહીં. હવે પાર્ટી આપો. શું વિચાર્યું? સરસ તક છે. તમારા પડોશી મજામાં છે ને? બહુ ગરમ હવા ફેંકતા હોય તો કહેજો. હમણાં ઠંડી ખૂબ છે!' અને મિ. ભટ્ટ દેસાઈનું ખડખડ હાસ્ય સાંભળે છે.

*

શાન્તિપ્રસાદ ભટ્ટને થાય છે થોડા દિવસ ઑફિસમાં જ રહે તો કેવું સારું! ઘરે જાય જ નહીં. પરંતુ શાન્તિપ્રસાદ જાણે છે કે ઘરે જવું જ પડવાનું અને સવલીનું ફૂંગરાયેલું મોં જોવું પડવાનું.

*

જાહ્નવિકા આચાર્ય કૉલેજમાં નિયમિત જાય છે. એક કલાક ધ્યાનપૂર્વક વર્ગમાં શીખવવાનો યત્ન કરે છે. વર્ગની બહાર નીકળ્યા પછી ખૂબ થાક અનુભવે છે. ડૉક્ટર પાસે જઈ આવે છે. ફૅમિલી ડૉક્ટર છે. બરોબર તપાસે છે.

'કંઈ નથી, જાહ્નવિકાબહેન. ટૉનિક લખી આપું છું. મેન્ટલ નર્વસનેસ છે. આનંદમાં રહો.'

ઘરે આવી પથારીમાં લંબાવતાં નીરવ ઊંડાણોમાં જાણે સરકી પડે છે.

બીજે દિવસે જાહ્નવિકાનાં અંગોમાં કળતર છે. મોં કડવું છે. માહિમ સ્ટેશન પર છૂટાં પડતી વખતનો સુબંધુનો ચહેરો આંખો સામે તરવરે છે. અલ્પ ઓળખાણવાળી વ્યક્તિના ચહેરા પર ઊપસેલી હોય એવી અનુત્સુક નજર, તરત પોતાના પરથી ખસેડાઈ પ્લૅટફૉર્મ પર વળી ગયેલી નજર, પ્લૅટફૉર્મ પર ઊતર્યા પછી હંમેશની માફક પાછા વળી બારીમાંથી જાહ્નવિકા સામે હાથ હલાવી વિદાય

લેવાને બદલે પીઠ ફેરવી સીધું જ સુબંધુનું ચાલ્યા જવું, એની આંખો સામેથી ભૂંસાતાં નથી.

હું તમને કંઈ આપી શકું તેમ નથી તો પછી મારે તમને ઝંખવા શા માટે?

અને જાહ્નવિકા આચાર્ય ચાલી નીકળે છે ઘર છોડીને, પિતાએ બાંધેલું, બિસમાર બનેલું. એની દીવાલો પરથી રંગ ઊખડી ગયો છે. સિમેન્ટનું પ્લાસ્ટર ઠેકઠેકાણે ભેજથી ખરી પડે છે. ચારેબાજુ કાળીકાળી લીલ બાઝી ગઈ છે. કોને પરવા છે દુરસ્ત કરવાની આ ઘરને? શું કામ છે દુરસ્ત કરવાનું? એક દિવસ આ ઘર પડી જશે. ખંડિયેર બની જશે. એમાં પેલી ચમકતી આંખોવાળી વૃદ્ધા દટાઈ જશે. પેલી તોતિંગ મૂર્તિ ટુકડાટુકડા થઈ ઈંટોની ધૂળમાં ધરબાઈ જશે. પછી પોતે નિરાંતે કોઈ ઘર વગર આ ઘેરથી પેલે ઘેર પરિવ્રાજિકાની જેમ ફરશે. અનેક માનવીઓનાં આંસુ લૂછશે. એમનાં પડતાં ઘરને દુરસ્ત કરાવશે.

મુંબઈ શહેરની હરતીફરતી માનવવસતિમાં ખોવાઈ જવા જાહ્નવિકા મથે છે. બસનો એક રૂટ, પછી બીજો રૂટ પછી ત્રીજો રૂટ. પોપચાં ઘેનથી ઝૂલી જાય છે. અંગો શરીરથી છૂટાં થઈ જવા તરફડે છે. કેવાકેવા ખૂણાઓમાં બસ ધસે છે! કેવાકેવા ખૂણાઓમાં સાવ અપરિચિત બની ઊભું છે આ નગર! એક હોટલમાં ચા. બીજી હોટલમાં ચા. છાતીમાં ઊબકા ચડે છે. મારતી ટૅક્સીએ પાછી ઘર તરફ સરે છે. ચાર કલાકના રઝળપાટ પછી ફરી એ જ બિસમાર ઘર, એ જ ગરમ ચા બનાવી આપતી વૃદ્ધ સ્ત્રી. 'તાવ છે રે તને, છોકરી. શા માટે કૉલેજ ગયેલી? આરામ કર. ડૉક્ટરને બોલાવું છું.'

દસેક મિનિટ આંખો મીંચીને જાહ્નવિકા પડી રહે છે. બંધ આંખોને બે ખૂણે પાણી બાઝે છે. રિસીવર હાથમાં લે છે. મૂકી દે છે. ફરી હાથમાં લે છે. મૂકી દે છે.

તમે ખૂબ ટચી છો સુબંધુ. તમારે મને ફોન કરવો જોઈએ. પણ મને ખબર છે તમે મને ફોન નહીં કરો. તમારી સાથે મૃદાંગના છે.

અને ખૂબ ત્વરાથી જાહ્નવિકાની ધ્રૂજતી આંગળીઓ ડાયલના નંબર પર ફરે છે. એક અપરિચિત ત્રસ્ત અવાજ જાહ્નવિકાને કાને પડે છે. જાહ્નવિકાનો અવાજ ગળામાં બેસવા માંડે છે. સામેથી 'કોનું કામ છે, બોલો કોનું કામ છે તમારે, ભાઈ?' કેટલી અકળામણ, કેટલી ઉતાવળ, કેટલી વ્યગ્રતા છે અવાજમાં?

પોતાનું નામ આપતાં જ સામેથી આવતો અવાજ તો તેનાથીય જાણે દૂરથી આવતો હોય એમ લાગ્ય. અવાજ એકદમ સ્વસ્થ, ચપટ ને પાસાદાર ચળકતા નકલી હીરા જેવો બની ગયો. હજુય એવો જ અપરિચિત! પેલો પરિચિત અવાજ ક્યાં?

'કેમ છો, મજામાં? શું પ્રવૃત્તિ ચાલે છે? શું કામ પડ્યું મારું?'

આંખોના બદલાતા રંગ, અંગવિક્ષેપો, શરીરના શીત-ઉષ્ણ સ્પર્શથી ખૂબ દૂર રહી બે વ્યક્તિઓ આરોહઅવરોહ વગરના અવાજમાં ખૂબ તાર્કિક અને સમજદાર વાતો કરે એવો અનુભવ જાહ્નવિકાને થવા લાગ્યો.

'તાવમાં પટકાઈ છું સવારથી.'

'ઓહ, ખરેખર ખૂબ દુઃખદ. તમે બહુ બીમાર પડી જાઓ છો. સારા ડૉક્ટરને કન્સલ્ટ કરો. હું અનુકૂળતાએ તમને મળી જઈશ. હમણાં તો ઑફિસના કામમાં ગળાડૂબ છું. મારા જેવું કંઈ કામકાજ?'

સુબંધુ દોશીની સામે પાલવા પર સામે બેઠેલી ઉપદેશક નીતિરક્ષક જાહ્નવિકા આચાર્ય ઊભી છે.

'કામ વગર મળી જ ન શકાય?'

'નહીં નહીં. જરૂર મળી શકાય. જરૂર મળી શકાય, જાહ્નવિકાજી. પણ હમણાં ખૂબ રોકાયેલો છું. કાલે જરૂર સાંજે મળી જઈશ. ઓ. કે.!'

જાહ્નવિકા પથારીમાં લાતો મારે છે.

ઑફિસની પ્રવૃત્તિઓથી વ્યગ્ર સુબંધુ હમણાં ને હમણાં ઊડીને જાહ્નવિકા પાસે પહોંચી જવા તત્પર છે; પરંતુ નહીં, આજે નહીં. સુબંધુ દોશી કાલે જ જશે.

*

બીજે દિવસે ક્લેયમેન્ટ ઍન્ડ કંપનીનો ઑફિસસ્ટાફ આખો દિવસ ગણગણ્યો. ગણગણે જ ને, ભાઈ! જ્યાં લાગે કે કંપની એમને અન્યાય કરે છે, પછી ગણગણે જ. જરૂર ગણગણે. જુઓ, એકમેક સામે આંખ મીંચકારે છે. હસે છે. એય ભાઈ, કાર્યદક્ષતા વધારો. આરામ હરામ હૈ. ખુશામત કરો હેહેહેહે મોટી કાર્યદક્ષતા! સિનિયૉરિટીને મારો ગોલી. હોશિયાર આગળ વધશે. રોંચા પાછળ રહેશે, કયું બૅરોમીટર લખાવ્યું છે ભાઈ હોશિયારી માપવાનું? યુનિયન મજબૂત બનાવો, એય ધીરે બોલો. કોઈ એ સાંભળશે.

પેલા ભટ્ટભાઈ ભગવાનના માણસ. ખંતીલા માણસ. સિનિયર માણસ. રહી જવાના. દોશી ડેપ્યુટી મૅનેજર બનવાનો. એ ખુશામતિયો ચડી જવાનો ડેપ્યુટીની ખુરશી પર. કિશોરીલાલ ગુપ્તાને રિટાયર કરી દેવાની કંપની, પછી દોશી સેલ્સ મૅનેજર. એ ખુશામતિયો બધાને ગળે પગ મૂકી આગળ જવાનો. કંપનીએ સિક્કો મારી આપ્યો છે, દોશી બાહોશ છે. દોશી હોશિયાર છે. સાલો કામ ખૂબ કરે છે. સેલ વધાર્યું. દેશમાં કેટલીય જગ્યાએ કંપનીને માર્કેટ અપાવ્યું. હી હી હી હસે છે બીજા. અરે ભાઈ હસો નહીં. આ કંપનીના રિપોર્ટમાં નોંધાયેલી હકીકત છે. જોઈ લો જેને જોવો હોય તે, ગ્રાફચાર્ટ ખુલ્લો છે. ઝવેરીને પૂછો ઝવેરીને પૂછો. દોશી વિશેની લેટેસ્ટ માહિતી આપશે.

પેસ્તનજી સવારે કંપનીની ફેક્ટરી પર જઈ ચૂપચાપ સમયસર ઑફિસમાં આવી ગયો છે. ગઈ કાલે સાંજે પેસ્તનજીને વૉર્નિંગમેમો મળ્યો છે. દેસાઈએ અવાજ કાઢ્યા વગર સલાહ આપેલી, કે 'ફેક્ટરીસ્ટાફનો સહકાર માગો, પેસ્તનજી. 'અને પેસ્તનજી ફેક્ટરી પર જઈ આવી ગયો છે. ટેબલ પર બેસે છે ને મૅનેજિંગ ડિરેક્ટરનો પ્યૂન તેને બોલાવવા આવે છે. આસપાસનાં ટેબલો પર ઉત્સુક ચુપકીદી છે. કુલકર્ણી બેચાર ખોંખારા ખાય છે. પેસ્તનજી અદબ વાળી છાતી બહાર કાઢી આસપાસનાં ટેબલો તરફ સ્મિત ફરકાવતો પ્યૂનની પાછળ ચાલે છે.

મૅનેજિંગ ડિરેક્ટરની સફેદ આંખો પેસ્તનજી પર અડધી ઊંચકાય છે.

'તમારી પત્નીની દયા ખાઉં છું. સમજો! સમજો!! સમજો!!! સમજ્યા???'

પેસ્તનજીનો ચહેરો સફેદ છે.

પેસ્તનજી ભટ્ટની કેબિનના ફ્લૅપડૉરને ધકેલે છે.

'શું થયું રે, પેસ્તનજીબાવા. કેમ રઘવાયો દેખાય છે, ભાઈ?'

'પાંચમી કતારિયા ભેગા થયા છે કંપનીમાં, ભત્તભાઈ.'

'મૂકી દે બધી પંચાત, ભાઈ, પ્રાઇવેટ કંપનીમાં યુનિયન ન થાય.'

'કંપનીને હું બંધ કરાવીને જંપીશ.'

મિ. ભટ્ટ પેસ્તનજીને ઝડપથી કેબિનની બહાર ધકેલી દે છે.

કિશોરીલાલ ગુપ્તાનો ફોન મિ. ભટ્ટ પર આવે છે,

'પેસ્તનજીને કહો હમણાં યુનિયનનાં કામ બંધ કરે.'

મિ. ભટ્ટે કિશોરીલાલ ગુપ્તાનો આટલો નરમ અવાજ સાંભળ્યો નથી.

ભટ્ટ રિસીવર મૂકે તે પહેલાં બીજું એક વાક્ય એમના કાન પર પડે છે, 'સાલા દોશીના બચ્ચા હરામખોર છે. એના બિલકુલ વિશ્વાસ નહીં કરના.'

*

આજે ઑફિસમાં આવ્યા ત્યારથી મિ. ભટ્ટનું માથું ભારે છે. મન કોઈ આધાર શોધી રહ્યું છે. કામ હાથ પર લે છે ને મૂકે છે. કોઈ આવે એની સાથે વાત કરે, કોઈનો ફોન આવે ને વાત કરે, પણ એમાં ક્યાંય મન પરોવાતું નથી.

ગઈ કાલે ઘરે ગયા ત્યારથી શાન્તિપ્રસાદને ઘરની હવા તોફાની લાગી. સવિતા ટીવી પરથી ઊભી ન થઈ. શાન્તિપ્રસાદે જાતે ટુવાલ કબાટમાંથી લીધો. બાથરૂમમાં જઈ નહાયા. ટેબલ પર ઢાંકેલી થાળી ઉઘાડી જમવા બેઠા. ભાખરી, દૂધીનું શાક અને દૂધ. શાન્તિપ્રસાદને ખબર છે કે ટીવી પર સમાચાર આવે છે અને સમાચાર સાંભળવામાં સવિતાને ક્યારેય રસ પડતો નથી. પરંતુ આજે સવિતા સમાચાર સાંભળે છે. જમીને તરત શાન્તિપ્રસાદ જાનીને ઘરે જવા ઊપડ્યા. સવિને બોલાવવી હિતાવહ નહોતું. જાનીની પત્ની સાવિત્રી બીમાર હતી એટલે શાન્તિપ્રસાદ ત્યાં વિશેષ બેઠા નહીં. સામે સ્વામીનારાયણના મંદિરમાં જઈ દર્શન કર્યાં. થોડે દૂર સુધી એક ઓછી ભીડવાળી ગલીમાં ફરવા નીકળ્યા. હવામાં ઠંડી હતી, પણ સવિના મોં સામે જોવા કરતાં ઠંડીમાં ફરવું સારું લાગ્યું. સાડાનવે ઘરે આવી સીધા પથારીમાં લંબાવે છે. બે હાથથી માથું દુખતું હોય એવો ડોળ કરી લમણાં દબાવે છે.

નિરંજન સિનેમા જોઈને દસ વાગ્યે આવ્યો. સવિતા વાત ઉખેડવા ખડેપગે થઈ રહી છે, એ જોઈ શાન્તિપ્રસાદે ઉપરાઉપર બગાસાં ખાવા માંડ્યાં, અને સૂવા માટે પડખું ફેરવી દીધું.

સવિતાએ તરત એમને ઢંઢોળ્યા.

'મને ખબર છે તમને આજ કેમ વહેલી ઊંઘ આવે છે! પહેલાં તમારા સુપુત્રને મોઢામોઢ પૂછી લો. તમારા બાપાના ધાકથી એણે સગપણની હા પાડી છે.'

શાન્તિપ્રસાદ નિરંજનની સામે જુએ છે. મોઢા પર ચીડ વ્યક્ત કરતો તે ગૅલરીમાં ચાલ્યો જાય છે. શાન્તિપ્રસાદ ઊભા થઈ પાછળ જાય છે.

'સાચી વાત છે, નિરંજન?'

'સવારથી એકની એક વાત બોલ્યા કરે છે. દાદાએ બળજબરીથી તારું

સગપણ કર્યું છે, તું ખોટું બોલે છે. તારે એ છોકરી જોડે પરણવાની ઇચ્છા નથી. હું શું કરું? કહી દીધું હા, દાદાએ બળજબરીથી સગપણ કર્યું.'

રૂમમાં બેઠીબેઠી સવિતા બોલ્યાં કરતી હતી, 'મારું નાક કપાવ્યું. જાણી જોઈને. હું જાણું છું. તમે સાર નહીં કાઢો મને પજવીને.'

શાન્તિપ્રસાદ પથારીમાં આવીને બેસે છે; ઘરે આવ્યા જ ન હોત ને ફૂટપાથ પર સૂઈ ગયા હોત તો કેવું સારું!

નિરંજન વહેલી સવારે જ વૅકેશન પૂરું નહોતું થયું તો પણ પૂના ચાલ્યો ગયો. રખે ને માને લીધે આ સગપણ ફોક થાય! એનું મન એક મીઠી સ્મૃતિમાં ઢળી ગયું. અલબત્ત, સવિતાએ જે છોકરી બતાવી હતી તેને જોઈને પણ પછી નિરંજનનું મન આવી જ મીઠી સ્મૃતિમાં ઢળી પડતું!

શાન્તિપ્રસાદ ઑફિસમાં આવ્યા ત્યારે સવિના રોષનો ભાર મન પર લઈને આવ્યા. સવિએ સવારથી જ બૅગ તૈયાર કરી દીધી છે ગામ જવા માટે. શાન્તિપ્રસાદ કેમ કરીને રોકે એને? ક્યાં સવિનો ધસમસતો તોતિંગ દેહ ને ક્યાં ઝીણકા એવા શાન્તિપ્રસાદ! જીંથરિયા જઈ બાપા જોડે સવિ ઝઘડી તો નહીં બેસે? પોતે એની જોડે પાછા જાય પણ કેમ? ઑફિસમાં પેંડા વહેંચવાનો વિચાર છે, પણ વહેંચે કેમ? આવી મગજમારીમાં ભલે ને દેસાઈ યાદ દેવડાવે, પણ મિ. ભટ્ટને ડિરેક્ટરને પાર્ટી આપવાની ઇચ્છા થાય ક્યાંથી? આખરે પ્રમોશન મેળવીને કરવાનુંય શું? એનાથી સવલી થોડી સવલી મટી જવાની છે? રહીરહીને શાન્તિપ્રસાદના મનમાં એક જ ઇચ્છા જાગ્યા કરે છે : નિરંજનનું કરેલું આ સગપણ જો ટકી જાય! ડેપ્યુટી મૅનેજરની પોસ્ટ મળ્યાનો આનંદ તો એની પાસે જખ મારે. પિતા! પિતા! તમે બળવાન છો. શાન્તિપ્રસાદ એ આધાર પર લટકીને બેસી જાય છે અને એ આધાર કેટલો મજબૂત છે એ વિમાસે છે.

*

સુબંધુ દોશી પાસેથી સુની ખોવાઈ ગઈ છે. તે દાંત કચકચાવે છે. સુનીના વાળ પીંખી નાખે છે. ગાલ પર તમાચા મારે છે. ખભેથી હચમચાવી નાખે છે. તું મારી સામે જો, સુની તું કેવું વિચિત્ર હસે છે! તારાં અંગો આમ મરડ નહીં, તારા હાથ મારે ગળે ભેરવ નહીં. કહું છું, સમજ ઓહ, તું ક્યાં છે સુની?

અને સુબંધુ દોશી ચાલી નીકળે છે. જાહ્નવિકા આચાર્યને ઘરે. તમારો

ઉપદેશક ચહેરો મારી પાસે ન લાવશો, જાહ્નવિકા. એના પર ગંદા ફીણની છારી દેખાય છ. તમે મને સ્લમ્સની વાતો કરો. તમારી આંખોને વ્યગ્ર અનુકંપાથી છલબલવા દો. તમારા અંગે હું જીવંત સ્પર્શ કરીશ.

સાંજે સાત વાગ્યે જાહ્નવિકાના ખંડમાં આરામખુરસી પર લંબાયેલી જાહ્નવિકા પાસે સુબંધુ દોશી બેઠો છે.

'સ્લમ્સ ને ગામડાંમાં રખડવાનું છોડી દો તમે. તમારા ઉધમાતથી દેશના ગરીબોનો ઉદ્ધાર નથી થવાનો. રાજકારણીઓને દોડવા દો.'

'તમે શા માટે ફરો છો સ્લમ્સમાં મારી સાથે?'

'હું? બસ ગમ્મત. આપણને ઉદ્ધારફુદ્ધારમાં રસ નથી.'

'તમે માનો છો હું એ ભ્રાન્તિમાં છું? કોઈક અપંગને સહારો આપી રસ્તો ઓળંગાવવામાં મને આનંદ આવે છે. તેથી કંઈ એ અપંગ મટી જતો નથી. એને ચાલતો કરવાની મારામાં તાકાત નથી. કોઈ દારૂડિયાને દારૂ પીતાં હું ભલે ન અટકાવી શકું, એની સગર્ભા સ્ત્રીના મસ્તક પર હાથ ફેરવી બે વિટામિનની ગોળીઓ આપી જરૂર હું કૃતાર્થતા અનુભવી શકું.'

જાહ્નવિકાનો હાથ સ્પર્શવા સુબંધુ ઉત્સુક બની જાય છે. એને ખબર છે એ હાથ કુમાશ વગરનો છે, શ્યામ છે, પણ એની હથેળી લાલ છે.

'તમારે કોઈ કંપનીની જરૂર છે. એક પ્રશ્ન પૂછું?'

બાજુના ખંડમાં વૃદ્ધ સ્ત્રીનાં પગલાં સંભળાય છે.

'તમારો પ્રશ્ન હું જાણું છું.'

સુબંધુના ચહેરા પર સ્મિત છે.

'પુરુષને આપી શકાય એવું મારી પાસે કંઈ નથી.'

'કેમ નહીં? તમારું સ્નેહાળ વ્યક્તિત્વ, બુદ્ધિની તેજસ્વિતા ગમે તેને આકર્ષે.'

'કયો પુરુષ એટલાથી સંતુષ્ટ થાય?'

એકદમ જાહ્નવિકાની આંખો વિષાદથી ઝાંખી થઈ જાય છે. 'હું આ દેશના શોષિતોમાં ખોવાઈ જવા ઇચ્છું છું, કોઈ પુરુષનાં મૂર્ખ નખરાં પોસવા કરતાં એ કાર્ય મને વધુ સ્ફૂર્તિ આપે છે.'

'ગૃહસ્થજીવન, બાળકો, પતિ, એક કલ્લોલતું ઘર એનું તમને આકર્ષણ નથી?'

'કલ્લોલતું ઘર જ મળે એની શું ખાતરી? કોણ જાણે હું એ સાહસ ગુમાવી બેઠી છું.'

વૃદ્ધ સ્ત્રીનાં પગલાં નજીક સંભળાય છે. ટ્રેમાં બે કૉફીકપ લઈ તે દાખલ થાય છે. એની ચળકતી આંખો સુબંધુ પર સ્થિર છે.

'તમે સમજાવો આ છોકરીને. માનતી નથી. છોકરીએ લગ્ન તો કરવાં પડે ને?'

જાહ્નવિકા આંખો મીંચી દે છે. સ્ત્રી ધીમેધીમે અંદર ચાલી ચાલી જાય છે.

'રજા લઉં.' સુબંધુ ખુરસીમાંથી ઊભો થાય છે. જાહ્નવિકાની આંખો સુબંધુ તરફ સ્થિરપણે વળેલી છે. એ આંખોમાંથી ટપકતો વિષાદ સુબંધુના શરીર પર લીંપાય છે. જાહ્નવિકાને ચસચસીને આલિંગવાની તીવ્ર ઇચ્છા એના મનમાં ઊઠે છે, પરંતુ તરત એ ઇચ્છા તે શમાવે છે. રોષે ભરાય છે. પછી ઉતાવળો ચાલી નીકળે છે. એક ડગલું, બે ડગલાં, ત્રણ ડગલાં. ખંડની બહાર. ઘરની બહાર.

હાથ લંબાવે. નજર લંબાવે જાહ્નવિકા. પાતળા નસઊપસેલા હાથને જુએ છે જાહ્નવિકા. ચીમળાયેલાં સ્તન પર હાથ ફેરવે છે જાહ્નવિકા. તિરાડો પડેલી ચામડી પર હાથ ફેરવતાં હસે છે જાહ્નવિકા.

૮

દસેક દિવસથી મૃદુ બોરીવલી આવી છે પરંતુ જાણે ઘણા વખતથી અહીં જ છે. સુબંધુ જાણે પોતાથી ખૂબ દૂર પડી ગયો હોય એવો ભાવ અનુભવે છે. માત્ર એક દિવસ સુબંધુ બોરીવલી આવ્યો છે, માત્ર એક દિવસ! બેત્રણ વખત ફોન કર્યા એને. દરેક વખતે એનો અવાજ કેટલો બદલાયેલો લાગતો! 'ખૂબ કામમાં છું પ્લીઝ, આગ્રહ ન કરીશ, મને બોરીવલી બહુ દૂર પડે છે.' કંઈ ને કંઈ બહાનું ધરી અહીં નથી આવ્યો. મૃદુ ઘરે પહોંચવા ઉતાવળી થઈ ગઈ છે. બાબાની તબિયત સારી છે. મોટી બહેન ઘરે આવી ગઈ છે. હવે બાને ખેંચ નહીં પડે. મૃદુ જાણે છે સુબંધુ એક દિવસ સહેજ ડોકાયા પછી આવ્યો જ નથી.

એ બાને નથી ગમ્યું. 'કહે ન કહે, સુબંધુરાય અભિમાની છે.' મૃદુ બાના અભિપ્રાયથી અકળાઈ જાય છે, એટલે એની બા હળવું સ્મિત કરતી આગળ બોલતી અટકી જાય છે. મૃદુએ ફોન કર્યા સુબંધુને ત્યારે દરેક વખતે વિચારેલું કે સુને કહી દે, આદેશ આપી દે કે તમારે આવવું પડશે; પરંતુ એક પણ વખત એટલું સ્પષ્ટ તે ન કહી શકી. એને ખબર છે કે સુને કોઈ કામ એની ઇચ્છા ન હાય અને કરવાની ફરજ

પાડો એટલે સુ મૂંગો થઈ જાય. ત્યારે એનો દેખાવ એવો થઈ જાય કે મૃદુ હંમેશ ડરી જાય. એટલે સુને મૃદુ આદેશ તો ક્યારેય નથી આપી શકતી. અને સુનો એ સ્વભાવ મૃદુને ગમે છે. કોણ જાણે કેમ.

મૃદુ ફોન કરીને કહી દે છે સુબંધુને.

'સુ, હું આજે ઘરે આવું છું. તમે વહેલા ઘરે આવી જજો. તમે ભેગી કરેલી ધૂળ ઝાપટીને થાકી જઈશ. અહીંય કામથી કંટાળી ગઈ છું.'

સામેથી સુબંધુનો પ્રસન્ન અવાજ આવે છે.

'સમજી ગયો. ફિલ્મ જોવાની ઇચ્છા? હં. સુનંદામાં ''આક્રોશ'' જોશું ?'

'ના, ના. સુનયના કહેતી હતી બૉરિંગ છે. ''ક્રાન્તિ'' જોઈએ, અપ્સરામાં. ટિકિટ લઈને આવજો.'

'બહોત ખૂબ. આપકે લિયે જાન કુરબાન હૈ. બીજો હુકમ?'

સ્મિત કરતીકરતી મૃદુ ફોન મૂકી દે છે. અને મૃદાંગના દોશી પહોંચી જાય છે પોતાના ઘરમાં. માત્ર પોતાના ને સુબંધુના ઘરમાં. તેમણે બાંધેલા, તેમણે સજાવેલા ઘરમાં.

*

મિ. સુથાર આસિસ્ટન્ટ પબ્લિસિટી મૅનેજર, દોશીને ફોન કરે છે, 'ક્યારે અભિનંદન આપીએ, મિ. દોશી? એકાદ પાર્ટીબાર્ટી થવા દો, પ્રમોશન મળે એટલે.'

'મને કામમાં રસ છે, પ્રમોશનમાં નહીં, મિ. સુથાર.'

'હા, ભાઈ, હા. એ અમનેય ખબર છે તમને કામમાં રસ છે. પણ હવે કામનો બદલો મળે છે. લઈ લો. નસીબદાર છો!'

'મિ. ભટ્ટ સિનિયર છે મારાથી, મિ. સુથાર. એમનો હક્ક પહેલો. મેં મૅનેજિંગ ડિરેક્ટરને કહ્યું, મિ. ભટ્ટને પ્રમોશન આપો. તમે નહીં માનો, મને ખબર છે. પરંતુ સુથાર, મારા પિતા અરવિંદાઈટ હતા. મારા ભાઈ અરવિંદાઈટ છે. મારું આખું કુટુંબ અધ્યાત્મ તરફ વળેલું છે. કોઈના હક્કને છીનવી લેતાં મને અપાર દુઃખ થાય.'

'તમારા વિચારો ખરેખર ખૂબ ઊંચા છે. મુંબઈ શહેરમાં આવા વિચારો કોણ કરે છે? ખરેખર ઉમદા વિચાર. મેં તો જસ્ટ ઑફિસમાં જોરશોરથી વાતો ચાલે છે, એટલે પૂછ્યું.'

'તમારા સદ્ભાવ બદલ તો ખરેખર આભાર.'

મિ. દોશી ફોન નીચે મૂકી દાઢી પંપાળતો સ્થિર નજરે ફ્લેપડૉર તરફ તાકી રહેતો આછું સ્મિત કરે છે.

કુલકર્ણી કેબિનમાં દાખલ થાય છે.

'આમચે અભિનંદન, સર. તમે ડેપ્યુટી મૅનેજર બનો છો?'

'Those who work are rewarded, Kulkarni.'

'બધા ઑફિસર તમારા પર જલે છે.'

'હું શું કરું, ભાઈ?' અને મિ. દોશી હળવું સ્મિત કરે છે.

મિ. કુલકર્ણી કેબિનની બહાર નીકળે છે. એ ખરેખર ખુશ છે, કારણ કે એને મિ. દોશી પર પ્રીતિ છે. એને પ્રીતિ એટલા માટે છે કે મિ. દોશી ખૂબ હોશિયાર છે અને હોશિયાર માણસોને પારખી શકે છે. મિ. ગુપ્તા કે મિ. ભટ્ટમાં બીજાની હોશિયારી પારખવાની તાકાત નથી. તે પોતાના ટેબલ પર જઈ બેસે છે ત્યારે પિંગે અને પેસ્તનજીને પોતાના તરફ આંખ મીંચકારી હસતા જુએ છે.

*

મિ. સુથાર મિ. રંગટાને ફોન કરે છે.

'મિ. રંગટા, દોશી તો કહે છે એમને પ્રમોશન નથી જોઈતા. મોટા ફિલસૂફી હાંકે છે. એમના બાપા અરવિંદાઈટ છે.'

'અરે જવા દો. ખુશામતિયા છે. પાટીલના કેસનું શું થયા? ચોકસીએ દબાવી દીધા. દોશીમાં કોઈ હોશિયારી નથી. ખુશામતથી આગળ જાય છે.'

*

સવિતા આખરે જીંથરિયા ગઈ જ છે. 'મારે છોકરી જોવી છે. તમે બાપદીકરો રૂપથી ભરમાઈ ગયા. રૂપ જોઈને કાંઈ જિંદગી જિવાય નહીં. કુટુંબની ખાનદાની જોઈ તમે? પૈસેટકે ઘર કેટલું સુખી છે એ તો તમને ખબર નથી. કાલ સવારે છોકરાને અમેરિકા મોકલવો પડે. સસરો ભૂખડીબારસ હોય તો શું હાથ ઝાલવાનો? તમને લાંબો વિચાર કરતાં ક્યારેય નથી આવડ્યું.' આવું ઘણું સવિતા બોલી અને બીજું ઘણું બોલી નહીં પણ મનમાં તો દઢપણે માને છે કે શાન્તિપ્રસાદ એમના બાપાથી દબાઈ ગયા છે. બાપા એમના ગોત્ર જોઈને બેસી રહે. જમાનો બદલાયો એમ એ ગામડાના માણસો ન બદલાય. આપણે બદલવા જોઈએ.

સમજાવવા જોઈએ. પણ એમનામાં બાપા સામે બોલવાની આવડત ક્યારે હતી? એટલે સવિતાનું જીંથરિયા જવું જરૂરી હતું.

મિ. ભટ્ટને, ઑફિસમાં સવિતા પહોંચી ગઈ હશે, શું કર્યું હશે? શું નહીં કર્યું હોય? લેટર્સ વાંચતાં એમની આંખો અટકી જાય છે. લખતાંલખતાં પેન અટકી જાય છે. વાત કરતાંકરતાં ક્યાંકક્યાંક ખોવાઈ જાય છે. એમની કેબિનમાં આવતા સ્ટાફના માણસો સહાનુભૂતિપૂર્ણ નજરે મિ. ભટ્ટની સામે જુએ છે. બહાર જઈ ગુસપુસ કરે છે. બિચારા ભટ્ટભાઈને અન્યાય કરે છે કંપની. પણ આ તો ભાઈ પ્રાઇવેટ કંપની! કોણ કહેવા જાય કે અન્યાય થાય છે? અને મિ. ભટ્ટ સવિતાનો વિચાર કરતાં કરતાં કામ ખેંચે રાખે છે.

*

મિ. દોશીની કેબિનમાં બપોરે અઢી વાગ્યે બહારના ફોનની રિંગ વાગે છે. રિસીવરમાં સુનીતિ શાહનો અવાજ સાંભળી સુબંધુ ઊછળી પડે છે.

'તું ક્યાં હતી આટલા દિવસ, સુની?'

'કેમ રોમિયોની જેમ પાગલ બની શોધતો હતો મને?'

'તું ક્યાં હતી પણ?'

'માથેરા–ન પેલા જાડિયા– સૉરી, ક્રિકેટર પ્રકાશ તીડકે જોડે. કેમ જલન થાય છે ને તને?'

'મને? મને શા માટે જલન થાય? મારાં બધાં અભિનંદન. I wish both of you happy happy life.'

'હા હા હા... મને ખબર હતી. સુબંધુ દોશી તરત બુઝર્વા ખ્યાલોમાં ગોઠવાઈ જશે. કેટલી વખત કહ્યું પરણવું હોત તો તને ન પરણત? પણ મજા આવી ગઈ. ખરેખર સુબંધુ. શું બિચારાને પરસેવો વળે! આંખો લાલલાલ થઈ જાય. બસ ધસ્યા જ કરે, બિચારો ધસ્યા જ કરે, અને હું આંખ માર્યા કરું. સાલા તમે પુરુષો કેવા લટ્ટુ થાઓ છો તે જોવાની મજા પડે, તને ક્યારેય લટ્ટુ થતાં ન આવડ્યું. મારે એક લટ્ટુનો અનુભવ કરવો'તો. શું દીકરો અમળાય! શું ચૂંથાય! પગમાંથી ને હાથમાંથી બિચારાને જે લાળ ગળે, જે લાળ ગળે. કમરમાંથી સહેજ વળી હાથ લંબાવે. મૂછોને બરોબર ખીલવે. ખખડતું ખખડતું હસે. ઊંહાકારા કરે. સિસકારા કરે. ગોળમટોળ દડાની જેમ દડે. ખરેખર, સુબંધુ, સાલાના પોઝમાં વેરાઇટી ઘણી.'

સુબંધુ હોઠ ચાવે છે. ફોન એક કાનથી બીજે કાન ફેરવે છે. ડાબો પગ ટેબલ નીચે ઝડપથી ઝુલાવે છે.

'સુની, તું ક્યાંથી બોલે છે? આજુબાજુ કોઈ છે?'

'એય, સાંભળ. મારી પરમ પ્રિય મમ્માથી માંડી બેંકના મૅનેજર ને સુબંધુ દોશી દરેક ઓળખે છે કે સુનીતિ શાહ એક ફ્લર્ટ લેડી છે. ખોટું છે? અનેક પુરુષો સાથે એ રખડે છે. એને કેરેક્ટર જેવું કંઈ નથી. એક સામાન્યાને થાય એવી ફિલિંગ્સ એને થાય છે! એક દિવસ સિફિલિસ કે એવાતેવા કોઈ અસાધ્ય રોગનો ભોગ બની રિબાઈરિબાઈને મરી જશે. ચાર દિવસની ચાંદની જેવી યુવાની કરમાઈ જશે પછી ચૂંથો થઈને, ભ્રમિત થઈને મરી જશે. સુનીતિ શાહ માટે સમાજના મુરબ્બીઓએ ભાખેલું આ અફર ભવિષ્ય છે. કોઈ જ્યોતિષી ખોટો પડે કદાચ, પરંતુ આ મુરબ્બીઓ ક્યારેય ખોટા ન પડે! હું રાહ જોઈ રહી છું એમની ભવિષ્યવાણી ક્યારે સાચી પડે છે, હાહાહા...

'એય સુ, ગભરાઈ ગયો ને? તારી પાંપણ પર પરસેવો બાઝેલો દેખાય છે. અરે એ મુરબ્બી, હજી તો જાન્યુઆરી મહિનો છે. હવામાં ઠંડી તાજગી છે ને તમને પરસેવો ક્યાંથી વળવા માંડ્યો? જનાબ, સાચું કહું? કલકત્તા ગયેલી કલકત્તા. સી. પી. એમ.ની પાર્ટીની મિટિંગમાં. હવે તારા શરીરને, મગજને, હૃદયને કરાર વળ્યો? વળ્યો કે નહીં?

'મારે મળવું છે તને. છૂટીને તું આવશે અહીં કે હું ત્યાં આવું?'

'આજે? નો. યુનિયનના માણસોને મળવાનું છે.'

'મારે જરૂરી કામ છે. ખૂબ અગત્યનું કામ છે, સુની.'

'હું જાણું છું તારું અગત્યનું કામ. તું દુઃખી છે, તારો આત્મા તને બટકાં ભરે છે. છે ને? બોલ સાચું છે ને? કાલે આવીશ. ઓ. કે. તારી ઑફિસ પર. કેટલા વાગ્યે આવું?'

'ઑલરાઇટ. કાલે, મારે કામ છે, તારા યુનિયનમાંથી પરવારે પછી મળીશું.'

સુબંધુ દોશી જોરથી રિસીવર સ્ટૅન્ડ પર દબાવે છે. ઘડિયાળમાં નજર કરે છે. હમણાં ને હમણાં સુનીતિને બૅંક પર જઈને મળવાનો વિચાર આવે છે. ખુરસીમાંથી ઊભો થાય છે. ઘરે વહેલા જવાનું છે! મૃદુને લઈ 'ક્રાન્તિ'માં. સુનીતિ

પર અકળાય છે સુબંધુ. સેલ્સ મેનેજર ગુપ્તાને ફોન કરી રજા લે છે.

પાંચ વાગ્યે સુબંધુ દોશી સ્વચ્છ ઘરમાં પ્રવેશ કરે છે. એ જ પરિચિત મઘમઘાટ. એ જ પરિચિત મૃદુનું સ્મિત. સમયસર સુબંધુને આવેલો જોઈ એ સ્મિત પ્રસન્નતાથી તૃપ્ત બને છે.

સુબંધુ કૉફી અને બિસ્કિટ લઈ સામે ઊભેલી મૃદુ સામે જુએ છે. એવી જ છે મૃદુ. જરાય બદલાઈ નથી. સુબંધુને ખૂબ ગમતી વિમલ સિલ્કની સાડીમાં સજ્જ મૃદુ 'ક્રાન્તિ' જોવા ઉત્સુક છે. સુબંધુ એને મનપસંદ હોટલમાં મનભાવે તે ભોજન કરાવવા તૈયાર છે. અને મિસિસ પંજવાણીની પાછળ તાકી રહેલી ચૂંચી આંખોની મર્યાદા બહાર આ સુખીસુખી દંપતી અદશ્ય થઈ જાય છે.

રાત્રે મૃદુને સ્પર્શ કરતાં સુબંધુ પ્રથમ ચમકી ઊઠે છે. હમણાં જાણે મૃદુ બોલશે, 'આ દૂષિત સ્પર્શ છે. તમારા શરીરમાં દુર્ગંધ છે.' પણ ના એવું કંઈ બન્યું નહીં. મૃદુ પૂર્વવત્, સુખરૂપ એ સ્પર્શ માણે છે. એ સ્નિગ્ધ ઉચ્છ્વાસથી પુનઃ સુવાસિત થઈ ઊઠે છે. કેટલી સુખી છે આ સ્ત્રી! સુબંધુ પોચાપોચા સ્પોન્જબૉલને દબાવે છે જાણે, જેને ગમે તેટલા તીણા નહોર ભરો, એમાંથી લોહી ન વહે. આખો બૉલ ઊંડાઊંડા નખ ભરાવી ચીરીને ટુકડા કરી જાણે જોઈ લે કે એમાં ક્યાંય લોહીનું એક લાલ બુંદ છે!

'તમે બહુ દુષ્ટ છો, સુ!'

સુબંધુ ખડખડખડ હાસ્ય કરે છે.

ચાલો એવા સ્થળ મહીં વસે સૂર્ય જ્યાં સદૈવ.

*

તે દિવસે સાંજે સુનીતિ શાહ નરીમાન પૉઇન્ટ પર એક આલીશાન હોટલમાં ક્રિકેટર તીડકે સાથે બેસી હાસ્યના ફુવારા ઉડાડતી હતી.

'અચ્છા ભાઈ, તમારા ટેબલટેનિસ ક્રિકેટ કરતાં વધારે ઇન્ટરેસ્ટિંગ રમત. કબૂલ કરી લીધા.'

'No, no, it is the fact which you have to accept.'

'ઑલરાઇટ બાબા ઑલરાઇટ. I admit it is a fact પણ તમારા પાર્ટનર દોશી કોણ છે?

સુનીતિ મિ. તીડકેના ચહેરાની સહેજ સંકોચાઈ ઊઠેલી ભ્રમરો જોઈ

મલકાય છે. મિ. તીડકે ઠીંગણા પણ સ્નાયુબદ્ધ શરીરવાળો આંખકાનનાકની પ્રમાણસરતાને લીધે દેખાવડો કહી શકાય એવો યુવાન છે. રણજી ટ્રૉફીમાં મુંબઈની ટીમમાં ચૌદ વર્ષથી રમે છે. પોતે ટેસ્ટમૅચ માટે લાયક છે, પરંતુ પૉલિટિક્સને વાસ્તે ટેસ્ટમૅચમાં એને કોઈ સિલેક્ટ કરતું નથી. એને ખુશામત પસંદ નથી. રમત ખાતર રમત. એમાં રસ છે મિ. તીડકેને. એમને નામનાની નથી પડી. એમને પૈસાની તો જરાય નથી પડી.

'વાહ, વાહ. બહુત ઊંચા વિચાર છે આપના તીડકેસા'બ. કોઈ જવાબ નહીં. સાલા આ દેશમાં બધે પૉલિટિક્સ છે.'

સુનીતિ શાહે મિ. તીડકેની રમત જોઈ છે. હત્, હું જાણતી હતી આ ફાંકેબાજમાં કંઈ નથી. સાલો મેં ધારેલું એનાથીય ઑર્ડિનરી નીકળ્યો. તીડકે બીજી ઇનિંગમાં પણ ઝીરો રનમાં ક્લીન બૉલ્ડ થયો ત્યારે તાળીઓ પાડી સુનીતિએ એને વધાવ્યો હતો. 'આઉટ થતાં પણ આવડવું જોઈએ. Yours was the excellent style.'

'ઓહ, થૅંક્સ થૅંક્સ.' અને પછી તીડકે ઊખડી ગયેલી પીચ વિશે જોરજોરથી ફરિયાદ કરતો હતો.

'મારો ક્લાસમેઇટ હતો.' તીડકેના ચહેરાને ધ્યાનપૂર્વક નીરખતી સુનીતિ આગળ વધે છે, 'પરણી ગયો. પણ બૈરી નથી ગમતી, એટલે બૈરીથી છુપાવી બીજી સ્ત્રીઓ પાછળ ફરે છે.'

'મને સહેજ પણ રિસ્પેક્ટ નથી આવા માણસો માટે, મિસ સુનીતિ. માણસની પાસે નીતિ જોઈએ. તમે શું માનો છો?'

'ઑફકોર્સ, ઑફકોર્સ. માણસ પાસે નીતિ હોવી જ જોઈએ. માણસનું દરેક ખીસું નીતિથી ભરેલું હોવું જોઈએ. કોઈ પણ ખીસામાં હાથ નાખો, નીતિ નીકળે. પૈસા નહીં હોય ખીસામાં તો ચાલશે માણસને; પણ ખીસામાં નીતિ તો જોઈએ. યસ, યુ આર રાઇટ, પર્ફેક્ટલી રાઇટ. તમારી આ પ્રફાઉન્ડ અન્ડરસ્ટૅન્ડિંગ જોઈ હું ઇમ્પ્રેસ થઈ છું. ખરેખર મારા બે હાથ ઊંચા કરીને કહી શકું કે હું ઇમ્પ્રેસ થઈ છું, તમારા ઉમદા ખ્યાલોથી, મિ. તીડકે.'

'તમે બધી વાત મજાકમાં લો છો, મિસ સુનીતિ.'

'નહીં, નહીં, મિ. તીડકે, જરા પણ નહીં. હું ખૂબ સિરિયસલી સંમત થાઉં છું તમારી સાથે. માણસની પાસે નીતિ જોઈએ. સાચું છે. નીતિ જોઈએ.

એટલે જ એ દાશી જોડે મેં લગ્ન ન કર્યાં. એની ખૂબ ઇચ્છા હતી લગ્ન કરવાની, પણ નહીં. મારી મમ્મા ખૂબ હોશિયાર છે. બાય ધ વે એણે તમને જોયા ત્યારે તરત મને કહ્યું, સુની, આ મિ. તીડકે ખરેખર સજ્જન મનુષ્ય છે.' તીડકેના મુખ પર ઉત્સુકતા, આભાર, પ્રસન્નતા છે.

'પણ આ દોશીને જોઈ તરત મમ્માએ કહી દીધેલું, ''એ લુચ્ચો માણસ છે.'' ખલાસ. મારી મમ્માએ કહ્યું એની સાથે મેં એને છોડી દીધો. આજે મારી મમ્મા મને સાચી લાગે છે. હું કેટલી દુઃખી થઈ જાત એ દોશી જોડે. મારો સ્વભાવ બહુ ઇમૉશનલ છે. હું આવું સહન ના કરી શકું.'

'તમારી મમ્માએ મને જોયો છે? તમે મને પરિચય કેમ ના કરાવ્યો એમનો? હું એમને મળવા માટે ખૂબ ઉત્સુક છું.'

'તમને દૂરથી જોયેલા. મારી મમ્મા ત્યારે ખૂબ ઉતાવળમાં હતી. તમે આવો અમારા ઘરે, હું મારી મમ્માની રજા લઈ લઈશ. ઓહ એટલી સ્વીટ મારી મમ્મા છે, મિ. તીડકે. હું તમને કેમ સમજાવું?'

'મિસ શાહ, તમને બે દિવસની – માત્ર બે દિવસની રજા મળી શકે ?'

'જરૂર મળી શકે.'

'આપણે લોનાવલા ફરી આવીએ. ફેસિનેટિંગ પ્લેસ. I am mad after Lonavala.'

'ઓહ, મિ. તીડકે! હું કેટલી દુઃખી છું તમને કેમ બતાવું? તમને પહેલી વખત મારે ના પાડવી પડે છે. મેં તમારી સાથે ફિલ્મ નથી જોઈ? તમે કહ્યું અને હું તમારી મૅચ જોવા નથી આવી? તમે કહ્યું અને હું હોટલમાં જમવા માટે નથી આવી? પણ ઓહ, હું કેટલી દિલગીર છું, મારે તમને ના પાડવી પડે છે. લગ્ન પહેલાં લગ્ન પહેલાં... હું તમને કેમ સમજાવું, મિ. તીડકે! તમે કેવા સજ્જન મનુષ્ય છો! પણ એ મારો નિયમ છે. આ દેશની કોઈ પણ ચારિત્ર્યશીલ સ્ત્રીએ રાખવો જોઈએ એવો નિયમ.'

'નહીં, બિલકુલ નહીં. મને જરા પણ દુઃખ નથી થયું, તમે ખરેખર એક ઉમદા સ્ત્રી છો. તમારો દેહ જ સુંદર નથી, તમારો આત્મા પણ એવો જ સુંદર છે. હું તમારી સાથે લગ્ન કરી કેવો ભાગ્યશાળી પતિ બનીશ?'

'તમે મને શરમમાં નહીં નાખો, પ્રકાશ!'

રાત્રે આઠ વાગ્યે મલપતે ચહેરે વાળની બે લટ ગાલ પર સરવા દઈ,

પોતાના ઉત્તુંગ વક્ષઃસ્થળને મિ. તીડકેની સેક્સથી ઘેરાતી આંખો સામે ઉભારતી સુનીતિ શાહ વિદાય લે છે.

મિ. તીડકે ધીરોદાત્ત અમર પ્રેમીની માફક યુગયુગ સુધી રાહ જોવાના નિર્ધાર સાથે અખંડ ધીરજપૂર્વક સુનીતિ શાહને વિદાય આપે છે.

સુનીતિ શાહ ટેક્સીની બૅક પર માથું ઢાળી ખિલખિલ્યા કરે છે. રોગગ્રસ્ત, અતૃપ્તિથી બહેકતો, મોંમાંથી ટપકી પડતી લાળને વખતોવખત હોઠ વાંકો કરી સિસકારા બોલાવી અંદર ખેંચી લેવાને મથ્યા કરતો તીડકેનો વૃદ્ધ ચહેરો એની સામે લંબાયા કરે છે. એ ચહેરાને જોઈ સુનીતિ હસ્યા જ કરે છે, હસ્યા જ કરે છે, હસ્યા જ કરે છે.

*

બે દિવસ સુધી શાન્તિપ્રસાદ ઘરે અટવાય છે સવિતા– નિરંજન– પિતાની અંદર. એક દિવસ જાનીને ઘરે જમવા જાય છે. ખૂબ આગ્રહ હતો જાનીનો, સાવિત્રીનો.

'વડીલે નક્કી કર્યું. હવે સવિતાબહેને કંઈ બોલવાનું ન હોય. વડીલ છે. અનુભવી છે. નાતજાતના માણસોનાં કુળ ને ખાનદાની જાણે છે. વેવાઈ આવો સધ્ધર છે. છોકરી નમણી છે. પછી જીદ છોડી દેવી જોઈએ.'

શાન્તિપ્રસાદ વિચારમગ્ન સ્થિતિમાં બેસી રહે છે.

'પુરુષ એ પુરુષ. એની ઉપરવટ બૈરીએ ના જવું.' સાવિત્રી જાનીને સાથ પુરાવતી હતી.

'તમારા જેવી સમજદારી બધી સ્ત્રીઓમાં ક્યાંથી લાવવી?'

શાન્તિપ્રસાદ જાની કેવો સુખી છે એનો વિચાર કરતાં કરતાં ઊઠે છે.

આ વિચારોમાં અટવાતા શાન્તિપ્રસાદ ઑફિસે આવે છે ત્યારે પાછા બીજા અણગમતા ચક્કરમાં અટવાય છે. કંઈ રસ નથી શાન્તિપ્રસાદને અને તોય બધાની વાતો ને શિખામણ સાંભળે છે. દેસાઈ ફોન પર કહે છે,

'આખી ઑફિસ જાણે છે અને તમે કહો છો કે પોસ્ટ મંજૂર જ નથી થઈ!'

'ભાઈ, તમે જ કહો હું કોને પૂછીને ખાતરી કરું? લિમિટેડ કંપની છે. જગ્યા હશે તો જાહેરખબર આવશે. સાચું હશે તે જણાશે. બે વખત પૂછ્યું મેં જનરલ મૅનેજરને. એક વખત પૂછ્યું ટૅક્નિકલ ડિરેક્ટરને. કંઈ જ નક્કી નથી– જવાબ મળે છે.'

'મિટિંગના એજન્ડા પર આઇટમ હતી. શરત મારીને કહું.'

'હશે. પણ આપણાથી શું થાય એમાં? મળશે નસીબમાં હશે તો ભાઈ. નહીંતર આ પોસ્ટ પરથી તો કોઈ કાઢી મૂકવાનું નથી!'

'આવી ઢીલી નીતિથી જ લુચ્ચા માણસો ફાવી જાય છે. ન્યાય માટે માણસે લડી લેવું જોઈએ. એ માટે સામે કોઈ કૂડકપટ ખેલાતાં હોય તો આપણે પણ કૂડકપટ ખેલી લેવાં જોઈએ. આપણે તો એ કૃષ્ણનીતિમાં માનીએ, ભટ્ટભાઈ. તમને કહીને થાકી ગયો. પાર્ટી આપી દો, પાર્ટી આપી દો. બધું ચોક્કસ થઈ જશે પછી સમય જોઈ ચોક્કસ જાહેરાત કરી દેશે. ત્યારે તમારા હાથમાંથી બાજી જતી રહી હશે.'

મિ. ભટ્ટ દેસાઈની સલાહ પર સતત વિચાર્યા કરે છે અને વિચાર્યા જ કરે છે. પછી ક્યારે સમય પૂરો થાય અને ઑફિસ છોડી ઘરે જતા રહે એની રાહ જુએ છે.

મિ. દોશીની કેબિનની આસપાસ અનેક ગુસપુસ ચાલે છે. મિસિસ પાટીલ મિ. દોશી જોડે મેટ્રોમાં ફિલ્મ જોવા ગયેલી. પછી હોટલમાં ભોજન. સમજી જાઓ, ભાઈ, પછી સમજી જાઓ. મિસિસ પાટીલને જોઈ? કેવી ખુશ છે આજકાલ? નવી સાડી પહેરે છે. કોણે અપાવી ખબર છે? એમ ત્યારે. ઑફિસમાં એકમેકની સામે નજર જ કરવાની નહીં ને!

ઑફિસમાં બીજી એક તાજી હવા વહે છે. કંપનીનું વર્કર્સયુનિયન દત્તા સામંત સાથે જોડાયું. ડાયરેક્ટરોને નથી ગમ્યું. મજા, મજા. ગરમી લાવો. શોષણ અટકાવો.

મિ. દોશીને સુનીતિ શાહને મળવું છે; પણ સુનીને મળવાની ફુરસદ નથી. એક કામ, બીજું કામ, ત્રીજું કામ. સુની કામ બતાવતી જ જાય છે અને સુબંધુ દોશી કેબિનમાં બેસી પગ પછાડતો જ જાય છે. કોઈ દિવસ સુનીને ન બોલાવવી. સુનીને હંમેશ માટે વિદાય આપી દેવા સુબંધુ તૈયાર થઈ જાય છે.

અને સુબંધુ દોશી જાહ્નવિકા આચાર્યને જયહિન્દ કૉલેજમાં ફોન જોડે છે, 'નથી આવ્યાં? થૅંક્સ.'

જાહ્નવિકાને ઘરે ફોન જોડે છે :

'હેલો, હું સુબંધુ દોશી, તબિયત કેમ છે હવે?'

'ઓહો, બહુ દિવસે સુબંધુ દોશીને મારી તબિયતના સમાચાર પૂછવાનું યાદ આવ્યું?'

'ઑફિસનાં, કુટુંબનાં કામોમાં અટવાઈ ગયો છું.'

'ચાલો, લોનાવલા આવશો મારી જોડે, સુબંધુ? બેએક દિવસ. હું ઘરમાં રહીને ફુગાઈ ગઈ છું. એક નાનો સર્વે પણ કરવો છે.'

'જરૂર, જરૂર. હું પણ કંટાળ્યો છું આ મુંબઈ રૂટિનથી. સરસ પ્રસ્તાવ. આપણને મંજૂર છે, ગમ્મત આવશે. પણ મહેરબાની કરી સર્વેફર્વેની વાત બંધ કરો. બસ, બધું ભૂલી ચેસ રમીશું, ચીકી ખાશું, ગપ્પાંગપ્પાં ને ગમ્મત.'

'તમારાં પત્નીને સાથે લઈ લો. કંપનીમાં મજા આવશે.'

સુબંધુ દોશી ક્ષણેક અચકાઈ જાય છે.

'એને લોનાવલા બહુ પસંદ નથી.'

'હું તમારે ઘરે આવું, હું કહીશ તો જરૂર હા પાડશે.'

'તમારે સર્વે કરવાનો છે, એમાં એને કોઈ રસ નહીં પડે.'

'તમારાં પત્નીને લાવવાની તમને ઇચ્છા નથી?'

'તમને મારી સાથે એકલાં આવતાં સંકોચ થાય છે?'

'મને? જરાય નહીં. પણ એ નિમિત્તે તમારાં પત્ની સાથે નિકટનો પરિચય કરવાની તક મળે.'

'હું મૃદાંગનાને ખૂબ ચાહું છું. જાહ્નવિકા. અલબત્ત, એ જાહેરાત કરવાની વસ્તુ નથી. એ અમારો અંગત સંબંધ છે. આજકાલ બધે કાખમાં પત્નીને લઈને ફરવાની ફૅશન છે. મને દાંપત્યપ્રેમનું એ પ્રદર્શન પસંદ નથી.'

'અચ્છા ભાઈ, તમારી વાત સ્વીકારી. બોલો, આવતા શનિરવિસોમ જઈશું?'

'સોમવારે સવારે આવી જઈશું. હમણાં ઑફિસમાં થોડી ગરબડ ચાલે છે.'

'વચ્ચે એકાદ દિવસ કાંદિવલીના સ્લમ્સમાં જવું છે. તમારી મદદ જોઈશે.'

'એક વખત ખરાબ અનુભવ થયો તમને, નહીં?'

'હાસ્તો. એટલે તો તમારી મદદ જરૂરી બને છે.'

'તમે કહો ત્યારે. કાલે, પરમ.'

સુબંધુ દોશી રિસીવર પર ફોન મૂકે છે ત્યારે મન ખૂબ આરામથી જાણે હળવું થઈ ગયું છે.

૮

૮

સાંજે સાત વાગ્યે હળવી સીટીના લલકાર સાથે સુબંધુ દોશી માહિમ સ્ટેશન પર ચાલે છે. ચુંબન, આલિંગન, મીઠીમીઠી મૃદુ. મરાઠાકેવડાની ઘરમાં ફેલાયેલી ગંધની સ્મૃતિ. ‘અલકા ઍપાર્ટમેન્ટ્સ’નું ચોથે માળે આવેલું એ ચિરપરિચિત ઘર અત્યારે સુબંધુ દોશીને કોણ જાણે કેમ ખૂબ ગમી ગયું છે. મૃદુને મનપસંદ રૅકર્ડ વગાડવાનો કાર્યક્રમ મનમાં ચાલે છે. શાંત શ્રવણસુખદ પ્રણયનાં ગીતો મૃદુને ગમે છે. મૃદુની પસંદગીની એવી કેટલીય રૅકર્ડ તે લઈ આવ્યો છે. સુબંધુની ગેરહાજરીમાં બપોરે એવી રૅકર્ડ મૃદુ ખાસ સાંભળે છે. સુબંધુને આવાં શાંત મધુર ગીતો બહુ પસંદ નથી એ મૃદુ જાણે છે. ‘મને ઉત્તેજનામાં જીવવું ગમે છે.’ પણ આજે તો મૃદુને મનપસંદ ગીતો સાંભળવા તરફ સુબંધુના હૃદયની ગતિ છે.

‘અલકા ઍપાર્ટમેન્ટ્સ’ સુધી પહોંચવા ‘અપૂર્વ ફ્લૅટ્સ’, ‘શાંતિ ફ્લૅટ્સ’ પસાર કરવા પડે છે. ત્રણે ઍપાર્ટમેન્ટ્સના લોકોને રોજિંદી જરૂરિયાત પૂરી પડી શકે એ માટે ઊભી થયેલી પતરાની કાચી દુકાનો રસ્તા પર છે. એ ભીડની વચ્ચે અસ્પૃશ્ય બના સુબંધુના પગ ઝડપભેર ઘર તરફ ચાલે છે. ઘર કઈ બાજુ છે એનો

વિચાર એણે નથી કરવો પડતો એટલું બધું મન એ ઘર તરફ જવા ટેવાઈ ગયું છે. આગળ ધસી આવેલાં દાંત ને પેટવાળી મિસિસ પંજવાણી સામે મળે છે. સુબંધુ આનંદપૂર્વક 'ગૂડ ઇવનિંગ' કરે છે. ઝટપટ દાદરનાં પગથિયાં ચડે છે. ફ્લૅટનું બારણું બંધ છે. કૉલબેલનો મધુર રણકો બે-ત્રણ વખત આખા ફ્લૅટમાં પથરાય છે; પરંતુ તરત હંમેશની ત્વરાથી બારણું ખૂલતું નથી. ફરી કૉલબેલનો રણકો અને ધીમેથી બારણું ખૂલે છે. બારણું ખોલી પીઠ ફેરવી મૃદુ રસોડામાં સરકી જાય છે. સુબંધુ આંચકો ખાઈ જાણે અજાણ્યા ઘરમાં પ્રવેશતો હોય એમ એકએક ડગલું ગણતો પ્રવેશે છે. સોફા પર બેસી ધીમેથી બૂટની દોરી છોડે છે. અસ્તવ્યસ્ત ઘરમાં ચારેતરફ નજર ફેરવે છે. આટલું અસ્તવ્યસ્ત, આટલું સુસ્ત ઘર આજે પહેલી વખત સુબંધુએ જોયું. સ્ટૉપર ચડાવ્યા વગરની બારી પવનમાં અફળાઈ અફળાઈને ઉઘાડબંધ થાય છે. હંમેશની માફક રસોડામાંથી આવતી કોઈ વાનગીની સુગંધ આજે નાકને સ્પર્શતી નથી.

મૃદુ રસોડામાં બારી તરફ મોઢું કરીને ઊભી છે. સુબંધુ ચકિત છે. મૃદુનો આ પોઝ આજ સુધી જોયો નથી. ઘણી વખત નાનીનાની બાબતમાં બંને વચ્ચે મતભેદ થયો છે. ક્યારેક મન ઊંચાં થયાં છે. ક્યારેક આખો દિવસ બંનેએ એકમેક સાથે વાત નથી કરી. આવુંઆવું દરેક પતિપત્નીના જીવનમાં બને એવું સુબંધુ-મૃદાંગનાના જીવનમાં પણ બન્યું છે; પરંતુ તે વખતે ક્યારેય સુબંધુએ મૃદુનો આ પોઝ નથી જોયો. સુબંધુ સોફા પરથી ઊભો થઈ મૃદુની પાછળ જઈ ઊભો રહે છે. મૃદુના ખુલ્લા કટિભાગ પર પોતાના બન્ને હાથ મૂકે છે. મોં મૃદુની ગૌર ગ્રીવાની નજીક ઝૂકે છે. ગ્રીવા પર હોઠનો હળવો સ્પર્શ અને મૃદુ એકદમ ધ્રૂસકતી આગલા રૂમમાં જવા ખસે છે. સુબંધુ એનું મોં પોતાના તરફ ફેરવે છે. મૃદુની આંખો મીંચાયેલી છે. ગાલ આંસુથી સિક્ત.

'શું છે આ બધું તોફાન, મૃદુ?'

ખસી જવા મથતી મૃદુને બળપૂર્વક સુબંધુ આશ્લેષમાં લેવા મથે છે. એકદમ સુબંધુની છાતી પર માથું ઢાળી મૃદુ ધ્રુસકી ઊઠે છે. પછી અટકી જાય છે. ટટાર બની માથું હલાવી બળપૂર્વક સુબંધુથી છૂટી પડી બહારના ખંડમાં ચાલી જાય છે. નીચું મસ્તક રાખી સોફા પર બેસે છે. સુબંધુ પાછળ જઈ સોફા પર મૃદુની ખૂબ નજીક બેસે છે. મૃદુની પીઠ પર હાથ મૂકે છે. મૃદુ સામે ટિપૉઈ

પર પડેલો ઇન્લેન્ડ લેટર ઊંચકી સુબંધુના ખોળામાં નાખી, ઝડપથી સરકી જાય છે અને પૂર્વવત્, રસોડામાં બારી પાસે ઊભી રહે છે.

પત્ર વાંચતાં સુબંધુની ભ્રૂકુટિ પહેલાં સંકોચાય છે. કીકી સ્થિર બની પત્રમાં ચોંટી જાય છે. પછી મોં ઊંચું કરી ખડખડ હસે છે. પત્ર ડાઇનિંગ ટેબલ પર પછાડે છે.

'કૉફી બનાવ, મૂરખ, કૉફી.'

મૃદુ સ્થિર નજરે સુબંધુ સામે જુએ છે. સુબંધુ હાથમાં નૅપ્કીન લઈ બેઝીન પાસે જાય છે. જોરથી છાલક મારી મોં ધુએ છે, મોં લૂછતો-લૂછતો સહેજ ત્રાંસી બનીને ઊભેલી મૃદુ પાસે જાય છે.

'દુઃખી થઈ જશો, મૃદાંગનાદેવી, આવા પત્રોને સાચા માની ચાલશો તો! મુંબઈ શહેર છે. કૉફી બનાવો, ગરમાગરમ કૉફી અને મૂર્ખતા છોડો, અમારાં મૃદાંગના સુંદરી. ઘર રઝળી પડશે, દાંપત્યજીવન વેરવિખેર થઈ જશે.'

મૃદુનો ચહેરો બારીની બહાર સ્થિર છે. પછી ધીમેધીમે ચાલી તપેલી હાથમાં લે છે. પાંચ મિનિટમાં નેસકાફેની સુગંધ હવામાં તરે છે.

'કોણ છે મિસિસ પાટીલ?'

'સુબંધુ પર વિશ્વાસ નથી તને? પ્રશ્નો, શંકા દાંપત્યપ્રેમને નષ્ટ કરે છે. તારી આંખો જો અરીસામાં. તારો આ રુદનમય ચહેરો કેટલો દર્દ આપે છે મને તે ખબર છે? તને આંખમાં આંસુ આવે જ કેમ? મારા પર તને વિશ્વાસ નહીં એટલે જ ને? તારી બાલિશતા પર મને હસવું આવે છે. આવા વ્યર્થ પત્ર પરથી કેટકેટલા તર્ક કરી તું દુઃખી થઈ, ખરું ને?'

મૃદુ સુબંધુની બાંય પકડી લે છે.

'ઓ બધું સાવ ખોટું છે, સુ?'

'હજી વિશ્વાસ નથી પડતો?'

મૃદુ ઊભી થાય છે. મોં ધુએ છે.

'ચાલ બહાર જમી લઈએ. પછી ફિલ્મ જોવી પડશે.'

સુબંધુ ખૂબ હસ્યો. મૃદુએ પણ વખતોવખત એ હાસ્યનો સ્મિતથી પ્રતિભાવ આપ્યો, પરંતુ ગઈ કાલ સુધીનો રોમાંચ ક્યાં?

રાત્રે જાણે પોતે પરપુરુષની સાથે સૂતી છે. જે સુબંધુને પોતે ઓળખે છે તે આજે જાણે વિદાય લઈ ગયો છે.

મને તમારો ડર લાગે છે, તમારો ડર, સુબંધુ!

મોડી રાત સુધી મીંચેલી આંખે મૃદુએ આમથી તેમ પડખાં ફેરવ્યાં.

બીજે દિવસે સુબંધુ નિયમિત સમયે ઑફિસે જાય છે. સાવ ફ્રીઝ બની ગયેલી મૃદુને હંમેશની જેમ વિદાયપૂર્વે ચુંબન કરે છે, પણ મનમાં ફિક્કા અન્નનો સ્વાદ પેસી જાય છે. ઑફિસમાં આવી તરત જાહ્નવિકા આચાર્યને ફોન જોડે છે. જાહ્નવિકા આચાર્યનો નિરાશ સૂર સામેથી સંભળાયા કરે છે,

'શું મુશ્કેલી આવી પડી, સુબંધુ? પછીના શનિવારે ચોક્કસ? આજે ઘરે તો આવો. એ પણ નહીં?'

સંભાળપૂર્વક ધીમેથી સુબંધુ રિસીવર ડાયલ પર ગોઠવે છે.

ઓચિંતો સુનીતિનો ફોન આવે છે.

'હેલો, સુબંધુ ખુશમાં ખરો કે? હવે બોલી દે. ક્યારે મળીશું? તું મને મળવા ખૂબખૂબ ઉત્સુક બની ગયેલો ને?'

'તારી ફુરસદે મળવા માટે સુબંધુ દોશી તૈયાર નથી.'

'રિસાઈ ગયો? છોકરી! આજે ઇરોઝમાં તારે આવવું પડશે. મેં ટિકિટ લઈ રાખી છે.'

'આપના ક્રિકેટર ફિયાન્સીને જોડે લઈ જાઓ. બિચારો આપના પર આફરીન થઈ જશે!'

સામેથી ફોન મુકાઈ જાય છે. ઝડપથી સુબંધુ પાછો સુનીતિને ફોન જોડે છે. સામેથી કોઈ ફોન ઉપાડે છે, સુબંધુનો અવાજ સાંભળે છે કે તરત ફોન નીચે મૂકી દે છે. સુબંધુ ખુરસીમાંથી ઊભો થઈ જાય છે, 'હમણાં આવું છું' એમ મિ. ભટ્ટને કહી તરત ઑફિસની બહાર નીકળી પડે છે.

રિઝર્વ બૅન્કના એકાઉન્ટ સેક્શનમાં સુનીતિ કોઈ માણસ જોડે ખડખડ હસતી વાતો કરે છે. સુબંધુને જોઈ સુનીતિ વધુ ને વધુ હસ્યા કરે છે.

'હત્ તેરી. તું અહીં આવી પડ્યો!'

સુનીતિની સાથે વાત કરતો માણસ સુબંધુ તરફ નજર નાખી ચાલ્યો જાય છે. સુબંધુ સુનીતિની સામે બેસે છે.

'તો તું આજ ઇરોઝ પર છ વાગ્યે નથી આવતો!'

'તને સમજાવું.'

'મારે કંઈ નથી સમજવું. તું આજે ઇરોઝ પર નથી આવતો એ વાત સાચી કે ખોટી?'

સુબંધુ કંઈ જવાબ આપ્યા વગર મૂંગોમૂંગો સુનીતિ સામે તાકી રહે છે.

'તારે મારી વાત નથી જ સાંભળવી? મૃદુ બીમાર છે.'

'જૂઠ. ચાલ હું આવું તારી સાથે. જોઉં, કેવી બીમાર છે તારી કોમળકોમળ પત્ની?'

'તું મહેરબાની કર, તું કહે તો તારે પગે પડું. તું કેટલીક બાબતમાં સાવ નાદાન છો, સુની!'

સુનીતિ ખડખડ હસે છે.

'તારું શું થશે, સુ? તારું મોં જો. દાઢી ને માથાના વાળ તારા સફેદ થઈ ગયા. નહીં આવું ભઈ નહી આવું તારે ઘરે.'

સુબંધુને કેન્ટીનમાં ખેંચી જાય છે સુની. ચિકનપુલાવ ખવડાવે છે સુની. બિયરનો પૅગ મોંમાં સુબંધુના ઠાલવે છે સુની. 'એય સ્પોર્ટ્સપ્લેયર મરદ થા, તું મરદ થા.' અને અટ્ટહાસે છે સુની. આનંદમાં ઝૂમે છે સુની. સુબંધુ બેઠોબેઠો હળવું સ્મિત કરે છે.

સૂર્યપ્રકાશમાં ચાલે છે સુબંધુ દોશી. આસ્ફાલ્ટનો ચળક-ચળક રસ્તો. કારટેક્સીની આવનજાવન. ઊંચાં ઊંચાં પથ્થરનાં મકાનો. વચ્ચે પહોળો - પહોળો રસ્તો. સમુદ્ર તરફ લંબાતો રસ્તો. ઊંચું ઊછળતું સમુદ્રજળ, કાળું જળ, ડહોળું જળ, ફેલાતું જળ, ઊંડું જળ, નિઃસીમ જળ, ક્યાં છે જળ? ચળકતું જળ, પારદર્શી જળ? આ બધાં તો મકાનો છે. પથ્થરનાં મકાનો. ન પડે એવાં મકાનો. એની વચ્ચે દબાઈ ગયેલો રસ્તો. કોરાઈ ગયેલો રસ્તો. નિશ્ચિત સ્થળેથી નિશ્ચિત સ્થળે લઈ જતો રસ્તો. ભૂલા પડવું છે તમારે આ રસ્તે? ભૂલા નહીં પડાય. આંખો મીંચીને ચાલો. હસતાં ચાલો, રમતાં ચાલો, વાત કરતાં ચાલો, વિચારમાં ચાલો,

કેવું સરસ! તમારે ચિંતા નહીં, કંઈ શોધવાનું નહીં, ક્યાંય રખડવાનું નહીં. બસ મોજથી ચાલો અને પહોંચી જાઓ તમારે સ્થાને.

સુબંધુ દોશી ઑફિસમાં આવીને બેસે છે, ગુજરાતના બે એજન્ટોને હળફળ મુલાકાત આપે છે. પછી આરામથી એક સિગાર પીએ છે. સુબંધુને ખબર છે મૃદુને નથી ગમતી સિગાર. બહુ ઓછી કરી છે પીવાની, ઘરે તો બિલકુલ નહીં. મૃદુ ગંધથી સહેજેય પારખી ન શકે એમ ક્યારેક પી લે ઑફિસમાં, હોટલમાં ક્યાંક બહાર.

આખી ઑફિસને પછી શિકારી કૂતરાની જેમ સૂંઘે છે સુબંધુ દોશી. ટેબલ પર આવતી ફાઇલોના અક્ષર ધારીધારીને જુએ છે. ઘરે આવેલા પત્રને ખીસામાંથી કાઢી ધ્યાનપૂર્વક એ અક્ષરો નિહાળે છે. કડી ગોઠવે છે અને ઉકેલે છે. પત્ર પર ઊઠેલી જી. પી.ઓ.ની છાપ ધ્યાનથી ઉકેલે છે. ઑફિસમાં સામે મળતા, હળવું સ્મિત કરતા પરિચિત ચહેરાઓ તપાસ્યા કરે છે.

અને પછી ડાહ્યા પતિની માફક સાંજે સાતને ટકોરે પોતાના ફ્લૅટનું બારણું ખટખટાવે છે. મામા, માસી, ફોઈ, સાઢુ દરેકને ઘરે મૃદુને લઈ રોજ ચક્કર મારે છે સુબંધુ. 'કેમ શું ચાલે છે?' 'ઘણે દિવસે દેખાયા?' 'આવો, આવો જરૂર આવો. હું સાંજે સાત વાગ્યે ઘરે આવી જ જાઉં છું.' હસીમજાક, કચોરી પેટીસ, હાંડવો-ઢોકળાં ભજિયાં-પાતરાં કૉફી શરબત. 'ના, ના. હજી લેવાનું છે. એક પ્લેટમાં શું ધરાઈ ગયા? તમને તો ફરસાણ ભાવે છે.' 'બસબસ ઘણું થયું. ભૂખ ઓછી લાગે છે આજકાલ' 'આગ્રહ ન કરશો. ચાલો ત્યારે મૂકી દો ઘોડું.' ફ્રિજ લીધું. ગોદરેજની ક્વૉલિટી બગડી ગઈ છે હવે, બહુ બૂમ છે. કેવું લાગ્યું?' 'સરસ છે.' 'સાડી ખરીદી. કેવું છે પોત? કેવો છે કલર?' 'સરસ' 'સુમીત મિક્સર ખરીદ્યું' 'સરસ'. 'આ પંખો ફિટ કરાવ્યો ઓરિયેન્ટનો.' 'સરસ'. 'અમે ઘરઘંટી લીધી.' 'સરસ.' 'અમે અમે અમે.' 'સરસ સરસ સરસ.'

મૃદુ વાતો કરે છે, હસે છે, સ્મિત કરે છે, હરે છે, ફરે છે, ખાય છે, પીએ છે.

મૃદુ પોતાની સાવ પાસે છે એમ સુબંધુને લાગે છે. એને તે ચૂમી શકે છે. એની ચિબુકને ખેંચી શકે છે. એના કેશ સહલાવી શકે છે. પોતાને મનગમતી વાનગીઓ બનાવડાવી શકે છે. એને લઈ સ્વજનો પરિચિતોમાં ફરી શકે છે.

કોઈ આંખોથી છુપાવાનું નથી. કોઈની સાથે આટાપાટા રમવાના નથી. સબ સલામતનો ડંકો વગાડતા શિસ્તબદ્ધ ચાલથી, શિષ્ટ ચાલથી સ્થિર ડગલાં ભરતાં ચાલ્યા કરવાનું છે. કોઈ પર હુમલો નથી. કોઈના હુમલાનો ડર નથી.

સુબંધુ આઠ દિવસમાં એ સજ્જનરૂટિનથી ઓચાઈ જાય છે.

બુધવારે સુબંધુ દોશી નક્કી કરી નાખે છે જાહ્નવિકા સાથે.

'શનિવારે લોનાવલાનો કાર્યક્રમ નક્કી.'

'મૃદાંગના જાણે છે ને આપણે લોનાવલા જવાનાં છીએ? એમનાથી છૂપું રાખી મારી સાથે ન આવશો. મને ખરેખર દુઃખ થશે.'

'મેં તમને કહ્યું છે પહેલાં. હું મૃદુને ચાહું છું, ખૂબ ચાહું છું.'

'આપણે જવાનું માંડી વાળીએ તો?'

'શા માટે પણ?'

જાહ્નવિકા નિરુત્તર છે. પછી ખૂબ ધીમેથી,

'સારું.'

સુબંધુ ઊભો થાય છે. જાહ્નવિકા વિચારમગ્ન છે.

હું શા માટે ખેંચાઉં છું? તમારા સાંનિધ્યનું આ ખેંચાણ કેમ?

*

આ દિવસો દરમિયાન ક્લેયમેન્ટ ઍન્ડ કંપનીમાં એક બીજી હડતાળ પડી ગઈ છે. કંપનીની ફેક્ટરીના કામદારો હડતાળ ઉપર ઊતરી પડે છે એકાએક. મૅનેજિંગ ડિરેક્ટરને માગણીઓની યાદી સુપરત થાય છે.

પેસ્તનજી દેસાઈની કેબિનમાં છે.

'સ્ટાફ્યુનિયન માટે ઉત્તમ તક છે, પેસ્તનજી. માગો તે મળશે.'

કુલકર્ણી દોશીની કેબિનમાં દાખલ થાય છે.

'દેસાઈ સ્ટાફ્યુનિયનને ઉશ્કેરે છે.'

'હં.' દોશી બગાસું ખાય છે.

દસ મિનિટમાં ઍક્ઝિક્યૂટિવ સિવાય ઑફિસ ભેંકાર બને છે.

મિ. સુથાર દોશીને ફોન કરે છે.

'દત્તા સામંતનો પ્રભાવ જુઓ, દોશી. અડધી માગણી મંજૂર કરાવીને રહેશે.'

'સારું જ છે. મૂડીવાદીઓ બહુ શોષણ કરે છે મજૂરોનું.'

'તમે યુનિયનિસ્ટ ખ્યાલો ધરાવો છો.'

'એવું જ કંઈક.' સુબંધુ હળવા સ્મિત સાથે રિસીવર નીચે મૂકે છે.

સુનીને પહેલાં એ ક્યારેક ચગાવતો.

'યુનિયન એ ઇન્ડિવિજ્યૂઅલનું માસ રેપિંગ છે.'

'તું બુઝ્ર્વા કૅપિટાલિસ્ટ!' સુની બરાડતી. 'આ દેશમાં ઇન્ડિવિજ્યૂઆલિટી! તું કંપનીના મૅનેજરો ને ડિરેક્ટરોની ખુશામત કરી ઇન્ડિવિજ્યૂઆલિટીની વાતો કરે છે!'

સુબંધુ દોશી દેસાઈને ફોન કરે છે,

'આ દેશના ઉદ્યોગોનું શું થશે, દેસાઈ? યુનિયન, હડતાળ રોજ ને રોજ શું છે આ?'

'કોઈને કામ કરવું નથી. હક્કો જોઈએ છે. આ વર્ષે સરેરાશ મહિને એક હડતાળ પડી.'

'શું થશે આ દેશનું?'

સુબંધુ રિસીવર નીચે મૂકી દે છે. દેસાઈ એની કૅબિનમાં હસે છે. મિ. ભટ્ટને ફોન કરે છે.

'તમારા પડોશી દુ:ખી છે હડતાળથી, ભટ્ટભાઈ!'

શાન્તિપ્રસાદ ભટ્ટને આજે ઊંઘ બરોબર નથી આવી. માથું ભારે છે. તાલ પર હાથ ફેરવતાં ફેરવતાં દેસાઈને જવાબ આપે છે.

'એમને હડતાળ ક્યાં નડી, ભાઈ?'

'કંપની માગણી સ્વીકારી લે યુનિયનની, પછી? એમનું પ્રમોશન અટકી જાય! એનું પેટમાં દુ:ખે છે.'

શાન્તિપ્રસાદ ભટ્ટ દેસાઈને સંભળાય એમ હસતાંહસતાં ફોન મૂકી દે છે.

સવિતા જીંથરિયાથી આવી ગઈ છે. છોકરી ને ઘર ને કુળ ને બધું જોઈતપાસીને આવી છે. મુંબઈ આવી એણે એક જ રટણ લીધું છે, 'આ સગપણ તોડી નાખો. હું જીભ કચરીને મરી જઈશ.'

'પણ વાંધો શું દેખાયો તને?'

'એક નહીં અનેક. તમારા બાપાને એક વખત અહીં બોલાવો. આ છોકરી બતાવો. એમને પસંદ ન પડે તો મને ખાસડું મારજો, જાઓ!'

પણ શાન્તિપ્રસાદના પિતાએ આવવાની ના પાડી છે. સવલીએ ઘર માથે લીધું છે, 'નિરંજનને બોલાવો. અબઘડી તાર કરી બોલાવો.'

શાન્તિપ્રસાદે 'અહીં આવીશ જ નહીં.' એમ લખી દીધું છે નિરંજનને.

શાન્તિપ્રસાદ પંપાળે છે સવિતાને. બરડે હાથ ફેરવે છે સવિતાને. જાનીને ઘરે લઈ જાય છે સવિતાને.

રાત્રે નિદ્રામાં શાન્તિપ્રસાદ ઢાલબખ્તર પહેરી યુદ્ધ કરે છે. જનોઈવઢ ઘા કરી નાખે છે દુશ્મનને અને પછી ઢાલની આડશમાંથી જોયા કરે છે દુશ્મનના ઘાને. કેવો ચળકતો તાજાતાજા લોહીને નિંગાળતો ઘા! કેવો સરસ ઘા! દુશ્મન મરેય નહીં ને રુઝાય પણ નહીં એવો ઘા. ઘામાં કીડા પડે છે. ઘા કોહવાય છે અને શાન્તિપ્રસાદ ખૂબ સ્વસ્થતાથી એ ઘાને જોયા કરે છે.

બહુ વહેલી ઊંઘ ઊડી જાય છે શાન્તિપ્રસાદની. પછી આવતી જ નથી. પડખાં ફેરવે છે. શિવ શિવ એમ બબડે છે પણ પછી ઊંઘ ક્યાં?

અને સવારે મંદિરમાં દર્શન કરવા ચાલ્યા જાય છે શાન્તિપ્રસાદ. મંદિરમાં કથા સાંભળે છે. ઘરે પાછા ફરી જમીને નીકળી પડે છે ઑફિસ જવા અને ભળી જાય છે નિયમિત ગાડીમાં ચાલતી ભજનમંડળીની ધૂનમાં.

એક દિવસમાં ક્લેયમેન્ટ ઍન્ડ કંપનીની હડતાળ સમેટાઈ જાય છે. ઑફિસમાં ટેબલ સ્ટાફકોલાહલથી ભરાઈ જાય છે. હસાહસ, હાથમિલાવ, ઊઠબેસ, પૂછગાછ, ફાઇલઉથલાવ, કૅબિનના ફ્લૅપડૉર્સની ઉઘાડબંધ, આંખોમાં મલકાટ, ચાલમાં છલકાટ. હિલોળા - હિલોળા. ટેબલ થાય ખાલી વારંવાર. કૅન્ટીન ગરમગરમ હવાથી મઘમઘતી. પિંગે પાન ચાવે. પેસ્તનજી સિગારનો દમ ખેંચે. યુનિયન ઝિંદાબાદ. યુનિયન ગૉડ અમર રહે.

પેસ્તનજીના ચહેરા પર બમણા વેગથી લોહી ફૂટી નીકળ્યું છે. ટેબલ નીચે પગ પર પગ ચડાવી તે સિગારના કશ આરામથી ખેંચે છે. મોંમાંથી હોઠ પહોળા કરી ધુમાડો બહાર ફેંકે છે. કુલકર્ણી વખતોવખત મૂંગોમૂંગો ફાઇલ ઉથલાવતો પેસ્તનજીની સામે જોઈ લે છે. તેને પેસ્તનજીની નજરમાં બેલગામ

ધૂળઉછાળ તોરીલો અશ્વ દેખાય છે. યુનિયનગૉડની પૂજા કરો. યુનિયનગૉડ યુનિયનગૉડ યુનિયનગૉડ કુલકર્ણીના કાનમાં ઘોંઘાટ. સાલા કમબખ્ત યુનિયનગૉડ.

એક કેબિનમાંથી બીજી કેબિનમાં, બીજી કેબિનમાંથી પાંચમી કેબિનમાં ને પાંચમી કેબિનમાંથી સાતમી કેબિનમાં અને વળી ત્યાંથી વળી બીજી કોઈ કેબિનમાં એમ ફોનની રિંગ રણક્યા કરે છે. ઑફિસસ્ટાફમાં વાતો ચાલે છે. ઑફિસરોને સિનિયૉરિટીનો નિયમ લાગુ નથી પડતો. પડે છે. નથી પડતો, પડે છે. ચર્ચા વિવાદ. પોતે સાચો છે બીજો ખોટો છે એ બતાવવાનો જુસ્સો.

મિ. દેસાઈ મિ. ભટ્ટને ફોન કરે છે :

'કેમ ભટ્ટભાઈ, મજામાં તમારા દોશી? ઘૂરકતા સંભળાય તો બોલાવજો. હા હા હા...'

ગુરુવારે સવારે સુબંધુ મૃદુની રજા લઈ લે છે.

'મારે અમદાવાદ જવાનું છે.'

'શનિરવિ અમદાવાદ?'

'અમદાવાદનાં બજારો રવિવારે ખુલ્લાં રહે છે, ખાસ ઇલેક્ટ્રિકલ ગુડ્ઝની કંપનીઓ.'

'હું આવું જોડે? મારી એક બહેનપણી સુચરિતા છે. દિવાળી પર એનું ગ્રિટિંગકાર્ડ નથી આવતું? તે.'

સુબંધુ હળવું સ્મિત કરે છે.

'હું અમદાવાદ ફરવા નથી જતો. ઑફિસને કામે જાઉં છું, મૃદુ. શનિ-રવિ બે દિવસમાં અમદાવાદની બધી કંપનીઓમાં રખડવાનું. તારી બહેનપણીને ત્યાં ક્યારે જઈએ?'

'તમે મને એને ઘરે મૂકી ચાલ્યા જજો. નહીં રોકું. રવિવારે રાત્રે સ્ટેશન પર હું જાતે જ આવીશ.'

'ઓ મૃદુ, તું સમજ. મારી સાથે કંપનીના બે માણસો હશે. બધું ઑકવર્ડ લાગે. તને ખબર નથી. ઑફિસમાં બધે જાહેરાત થાય, મિ. દોશી કંપનીને પૈસે પત્ની સાથે ફરે છે. તને આ પ્રાઇવેટ કંપનીઓની ખબર નથી. જોયું નહીં, કેવા નકામા કાગળ આવે છે!'

મૃદુ એક નજર સુબંધુ પર નાખે છે. પછી રસોડામાં ચાલી જાય છે.

'હું કેટલીય વખત બહાર ગયો છું. નથી ગયો? ક્યારેય તેં સાથે આવવાની વાત નથી કરી!'

'ક્યાંક બહાર જવું છે મારે, સુ. મને કંઈ જ ગમતું નથી.'

'ઓહો! એમ વાત છે? અમદાવાદથી આવું પછી બીજા શનિરવિ માથેરાન જઈએ. નક્કી?'

'માથેરાન બહુ મોંઘું પડે.'

સુબંધુ મૃદુને બાથમાં ખેંચી લે છે.

'અમારાં શ્રીમતીજીથી પૈસા શું અમને વિશેષ છે?'

મૃદુની ઊંચી થયેલી આંખો સુબંધુની આંખોમાં પ્રવેશે છે. મૃદુને સુબંધુના આશ્લેષમાંથી છૂટી જવાની ઇચ્છા થાય છે.

શનિવારે બપોરે બાર વાગ્યે ક્લેયમેન્ટ ઍન્ડ કંપનીના ઇન્કવાયરી ટેબલ પર ફોન આવે છે.

'હેલો. વન મિનિટ.'

લેડીઑપરેટર બાજુમાં બેઠેલી બીજી લેડીઑપરેટર સામે આંખ મારી સ્મિત કરે છે.

'મિસિસ દોશી.'

'બોલ દો. લાઇન મારને કો ગયા હૈ.' બોલતાં બોલતાં એનું આખું મોં હાસ્યથી ખદખદી ઊઠે છે.

'જી, નથી આવ્યા આજે ઑફિસે. રજા પર છે.'

ફોન મુકાઈ જાય છે.

'એની બૈરીને ખબર નથી.'

'લાઇન મારને કો ગયા વહાં બૈરીકા મંજૂરી?'

ઇન્કવાયરી કેબિનમાં ઊછળેલું હાસ્ય આખી ઑફિસમાં પ્રસરે છે.

*

મૃદુએ પડોશમાંથી ફોન કરવાનું ટાળી બાજુમાં આવેલી લોકલ પોસ્ટઑફિસમાંથી ફોન કરેલો. પોસ્ટઑફિસનાં પગથિયાં ઊતરી દૃઢ પગલે તે

ઘર તરફ પાછી ફરે છે. એ જ હંમેશની પરિચિત દુકાનો. દૂધવાળા ભૈયાની દુકાન પર ભાવનિર્દેશ કરતો એ કાંટો, કરિયાણાની દુકાનમાંથી, ગ્રાહક વગર નવરો બેઠેલો, મૃદુને જોઈ પરિચિતતાનું સ્મિત ફરકાવતો મોદી. પાછળથી લૉન્ડ્રીવાળા ભૈયાની ઇસ્ત્રી કરેલાં કપડાં લઈ જવાની બૂમ, જાણે કોઈ અપરિચિત સૃષ્ટિમાંથી પસાર થતી હોય એમ મૃદુ ભૈયા તરફ વળે છે. ક્ષણેક અવઢવમાં ઊભી રહે છે. ધોબીના હાથમાંથી કપડાં લે છે. ઘ ર ર ર ર તોતિંગ ખટારા છાતી પર ધસી આવે છે. વેરણછેરણ બનીને અંગો ચોપાસ ઊડે છે. મારે ઘરે પહોંચવું છે. ક્યાં છે ઘર?

ચારે તરફથી જોરદાર પવન અથડાય છે. બપોરનો તડકો શરીર પર ચીપક્યા વગર ઊખડી જાય છે. જાણે આખું શહેર ખાલી થઈ ગયું છે એવો સૂનકાર ચારે તરફ ફેલાયો છે. આખી સૃષ્ટિ ધૂંધળી બની વંટોળમાં દૂરદૂર હડસેલાય છે. ઘરે પહોંચવું છે મારે.

ક્યાં છે ઘર?

મૃદાંગના દોશી અંગોને ઢસડતી ચાલે છે પવનના વંટોળમાં. ફ્લૅટની નીચે આવેલા નાનકડા બાગના લીલાકૂણા ગુલાબ પવનથી ઝૂકી પડ્યા છે. બાળકોના કલ્લોલ વગર બાગ સૂકોભટ છે. એક ફ્લોર, બીજો ફ્લોર, ત્રીજો ફ્લોર, બધા ફ્લૅટનાં બારણાં બંધ છે. ફ્લૅટનું બારણું ખોલી મૃદુ ઉંબરમાં ઊભી રહે છે. આખો ફ્લૅટ સાવ ખાલી છે. ઘરે પહોંચવું છે મારે. ક્યાં છે ઘર?

*

સુબંધુ દોશી અને જાહ્નવિકા આચાર્ય રાયગઢ એક્સપ્રેસમાં સામસામે બેઠાં છે. કલ્યાણ પછી તરત ટ્રેન પર્વતોની અંદર ફસાય છે. વખતોવખત કોરેલી ટનલોના અંધકારમાં સરકે છે. બહાર કાંટાળા શીમળાને લાલચટક ફૂલો ખીલી ઊઠ્યાં છે. ધુમ્મસિયો તડકો ચોપાસ પથરાયેલી ખીણો પર ચુસ્ત બનીને પડ્યો છે.

'તમારે હસવાની તાલીમ લેવી જોઈએ, જાહ્નવિકા.'

'હું બહુ ગંભીર છું, નહીં? I am not a good company.'

'તમે દરેક વાતને ગંભીર રૂપ આપી દો છો.'

જાહ્નવિકા ગ્રીનિશ ટ્રાન્સપેરન્ટ ગ્લાસની બહાર નજર કરે છે. શીમળાનાં લાલ ફૂલો કાળાંકાળાં બની આંખ સામેથી પસાર થાય છે.

'ગંભીરતાથી જીવનમાં ઊંડાણ આવે છે. મારા બાપુજીને મેં ક્યારેય હસતા જોયા નથી. હસીમજાકથી એ તરત છેડાઈ પડતા.'

સુબંધુની સામે એક કરડો તોતિંગ ચહેરો ટીંગાય છે. તે પાંચેક મિનિટ સુધી બારી બહારનાં દૃશ્યો જોવામાં ખોવાઈ જાય છે, પછી વિચારોમાં ખોવાયેલી જાહ્નવિકાને એકદમ પૂછી નાખે છે :

'પેલી વૃદ્ધ સ્ત્રી કેટલાં વર્ષથી તમારા ઘરમાં રહે છે?'

'મારા જન્મ પહેલાંથી.'

'મહારાષ્ટ્રિયન છે?'

'હા.'

'યુવાનીમાં ખૂબ દેખાવડી હશે?'

'હા.'

'તમારાં બાનું અવસાન કેવી રીતે થયું?'

'આ અંગત વાત આપણે બંધ કરીએ તો?'

'સૉરી. તમને જરાય દુઃખ પહોંચાડવા નથી માગતો.'

'એ સ્ત્રી વર્ષોથી અમારી સાથે રહે છે. યુવાનીમાં જ નહીં, ગઈ કાલ સુધી પુરુષને આકર્ષી શકે એવી સ્વરૂપવાન એ સ્ત્રી હતી. મારી માતા સ્વરૂપવાન ન હતી. અને અને, 'જાહ્નવિકા બોલતાં અચકાઈ જાય છે. એની આંખો સુબંધુ પરથી ખસેડાઈ જાય છે, 'પુરુષની સેક્સને સંતોષવાની એનામાં શક્તિ નહોતી. બોલો, હવે આગળ પૂછવું છે તમારે કંઈ?'

'તમે ઉત્તેજિત થઈ ગયાં છો.'

સુબંધુ બે કૉફીપૉટનો ઑર્ડર આપે છે.

વળાંક ઢોળાવ પર ટ્રેન ખચકાતી આંચકા લેતી આગળ વધે છે.

ટ્રેન પહોંચે છે ત્યારે લોનાવલા પર સાંજના ઓળા પથરાઈ ગયા છે. મુંબઈ કરતાંય ઠંડી ઓછી છે. બેત્રણ વખત સુબંધુ લોનાવલા આવ્યો છે. સ્કૂલની ટૂરમાં. કૉલેજ ટૂરમાં સુનીતિ જોડે. કંપનીસ્ટાફના માણસો જોડે.

જાહ્નવિકા 'માતૃછાયા' તરફ રિક્ષા લેવડાવે છે. હોટલના મૅનેજરે જાહ્નવિકા સામે પરિચિત સ્મિત કર્યું અને કંઈ પૂછ્યા વગર બે રૂમવાળો એક

ખંડ ઉઘાડી આપ્યો. રૂમમાં પ્રવેશતાં જ બંધ બારીને જાહ્નવિકા ખોલે છે. સુબંધુના અસ્તિત્વને જાણે વીસરી ગઈ છે. પુરોહિતમાં સુની પણ આમ જ એને વીસરી ગયેલી ક્ષણભર. બારીની બહાર ઊંચું ગુલમહોર છે. પાસે સફેદ ગુલાબ છે. બેએક મિનિટ સુધી જાહ્નવિકા ગુલમહોર અને સફેદ ગુલાબને જોયા કરે છે. એના મુખ પર પ્રસન્નતા ઝલકે છે. પછી તે એકદમ સુબંધુ તરફ ફરે છે.

'લોનાવલાની મારી ફેવરિટ હોટલની આ ફેવરિટ રૂમ છે. આ ગુલમહોરને જોતાં હું આખો દિવસ પસાર કરી શકું.'

'મારે બીજી કોઈ કંપની શોધવી પડશે.'

જાહ્નવિકા આછું સ્મિત કરે છે.

'આ વખતે ગુલમહોર સામ નહીં જોઉં, બસ?'

'તમારા પર લોનાવલાના વાતાવરણની અસર દેખાય છે.'

'બધું ભૂલી જવા જ હું લોનાવલા આવું છું.'

બગલથેલામાંથી જાહ્નવિકા નૅપ્કિન કાઢે છે.

'તમને હોટલ ગમી કે નહીં?'

સુબંધુ સ્મિત સાથે મોં જાહ્નવિકા તરફ ફેરવે છે,

'બહુ મોડું પૂછ્યું તમે.'

'તમને ગમતી ન હોય તો બદલી નાખીએ. હું ઉત્સાહમાં એકદમ અહીં આવી ગઈ. માફ કરજો. તમારી પસંદગી પૂછવાની જ ભૂલી ગઈ.'

'ન પૂછ્યું એ ગમ્યું. પૂછ્યું હોત તો ન ગમત.'

જાહ્નવિકા સ્થિર ને ચમકતી આંખે સુબંધુ સામે જુએ છે.

સુબંધુ આછા બ્લૂઇશ ડિસ્ટેમ્પરવાળી ફર્નિચરથી વ્યવસ્થિત ગોઠવાયેલી બંને રૂમ જુએ છે. ગેસ્ટહાઉસનો માણસ પાણી ભરી જાય છે. જમવાનું પૂછે છે. પછી ચાલ્યો જાય છે. રૂમની બહાર નીકળી સુબંધુ બહાર નજર નાખે છે. આખું ગેસ્ટહાઉસ ખાલી લાગ્યું. બહાર રસ્તા પર ખૂબ આછી અવરજવર છે. ચારેતરફ સૂર્યપ્રકાશ સાવ ઝાંખો થઈ ગયો. તરત સ્ટ્રીટલાઇટનું અજવાળું ફેલાઈ ગયું. સુબંધુ રૂમમાં આવી લાઇટ કરે છે. ચારેબાજુ છવાયેલી સુસ્ત નીરવતામાં જાણે ચેતન આવ્યું હોય એમ લાગ્યું.

ક્યાં છે ઘર? • ૧૨૩

એસ. ટી. સ્ટૅન્ડ સુધી બંને લટાર મારે છે.

'આપણે સોમવારે રોકાઈએ તો?'

'સોમવારે સવારે તો મોડામાં મોડાં નીકળી જશું. મારી ઑફિસમાં હમણાં વાતાવરણ તંગ છે. કૉલેજ અને કંપનીની નોકરીમાં તફાવત છે.'

'હડતાળ સમેટાઈ ગઈ તમારી કંપનીની?'

'ક્યારની. યુનિયનનું જોર ઉદ્યોગોમાં ખૂબ વધ્યું છે.'

'તમારી સામે કંઈક વિરોધ છે, ખરું?'

'એવું જ કંઈક. તેજોદ્વેષ. ડે. સેલ્સ મૅનેજરની એક પોસ્ટ અમારા ડિપાર્ટમેન્ટમાં કંપની ઊભી કરવા માગે છે. જનરલ મૅનેજર, ડિરેક્ટરની ઇચ્છા મને પ્રમોશન આપવાની છે. પણ મારાથી સિનિયર એક ભાઈ છે, આધેડ વયના છે. એમને પ્રમોશન અપાવવા એમના મળતિયાઓ યુનિયનનો આશ્રય લે છે.'

'તમને પ્રમોશન મળે એટલે તમે એક સિનિયર માણસના હક્કને ડુબાડો.'

'સિનિયર-જુનિયરમાં હું માનતો નથી. મહત્ત્વ કાર્યદક્ષતાનું છે. જે વધુ હોશિયાર તે આગળ જાય. ખૂબ સીધી વાત છે. મેં કંપનીનું સેલ વધાર્યું. આમજનતાને પોસાય એવા ફૅનની સ્કીમ આપી કંપનીને. ડિસ્પૅચ ઝડપી બનાવ્યું. ગ્રાહકો પાસેથી આવતા પેમેન્ટને વ્યવસ્થિત કર્યું. અત્યાર સુધી સેલ્સ ડિપાર્ટમેન્ટમાં કોઈ ઑફિસરે એકસાથે બધી વસ્તુઓને લક્ષમાં નથી લીધી.'

'એનું વળતર જોઈએ છે તમારે?'

'ચોક્કસ. વળતર વગર ઉત્સાહ ક્યાંથી?'

જાહ્નવિકા વિચારમગ્ન છે.

'તમને ખરાબ નહીં લાગે? એક કિસ્સો કહું.'

સુબંધુ હસે છે, 'કહો કહો. ખુશીથી કહો. એ કિસ્સાને અંતે શું આવશે એ હું અત્યારથી કહી દઉં. કહી દઉં? બોલો, નીતિની વાત આવવાની ને?

'તમને ખરાબ લાગતું હોય તો ન કહું.'

'ના, ના, બિલકુલ નહીં, બિલકુલ નહીં.'

'આઠદસ વર્ષ પહેલાં અમારી કૉલેજમાં બનેલી ઘટના છે. હું ત્યારે કૉલેજમાં નહોતી જોડાઈ, પણ બીજા અધ્યાપકો પાસેથી સાંભળી છે. આજે અમારી કૉલેજના પ્રિન્સિપાલ તે વખતે અમારી કૉલેજમાં જુનિયર અધ્યાપક હતા. સંસ્થાએ ઘણા સિનિયર અધ્યાપકોને બાજુએ રાખી એમને પ્રિન્સિપાલ બનાવી દીધા. પહેલેથી અમારા પ્રિન્સિપાલમાં વાક્છટાથી બીજાને આંજી નાખવાની જબરી કુનેહ છે. સંસ્થાના ચાવીરૂપ એકબે માણસોને એમણે આંજી નાખ્યા. એમની સાથે મીઠા સંબંધો કેળવ્યા. ખલાસ. એમને પ્રિન્સિપાલ બનાવી દીધા. કૉલેજમાં સન્નાટો બોલી ગયો. એક અધ્યાપક તો એમના શિક્ષક હતા. એમને હૅમરેજ થઈ ગયું. કેટલાય બીજા સિનિયર અધ્યાપકો નિષ્ક્રિય થઈ ગયા. બોલો, એમાં કોનું અહિત થયું?'

'સિનિયર અધ્યાપકોને ચાન્સ ન મળ્યો તો એમણે બીજે જતા રહેવું જોઈએ, જો એમનામાં ખરેખર લાયકાત હોય તો.'

'જતા રહ્યા એ પ્રમાણે એકબે અધ્યાપકો; પરંતુ બાકીનાનું શું? બહાર ન ગયા એમનામાં કોઈ લાયકાત ન હતી એવુંય નહીં. કેટલાકને પ્રતિકૂળ સંજોગો હતા. પણ મારો કહેવાનો મુદ્દો જુદો છે. જે અધ્યાપકો સંસ્થામાંથી ન ગયા તે અધ્યાપકોને સંસ્થા દૂર કરી શકી? હું અત્યારે જોઉં છું કે એ અધ્યાપકો વર્ગમાં જઈ ગપ્પાં મારે છે. પ્રિન્સિપાલને ખબર છે, પણ શું કરે? એમને ફરજ કેવી રીતે પાડે? સરવાળે નુકસાન કોને? વિદ્યાર્થીઓને. શિક્ષણજગતને.'

'આજે વિદ્યાર્થીઓ વર્ગમાં ભણે છે જ ક્યાં?'

'એ જુદો મુદ્દો છે.'

'શિક્ષણ અને ઉદ્યોગ બંનેની પરિસ્થિતિ જુદી છે.'

'હશે. કેટલેક અંશે. બાકી માનવમન અને માનવસંબંધ બધે સરખાં. હું તો એક સિદ્ધાંત તરીકે એ દૃષ્ટાંતથી એ સ્પષ્ટ કરવા માગતી હતી કે કાર્યદક્ષતા એ એકમાત્ર પ્રમોશનનો માપદંડ ન બનાવી શકાય. પ્રમોશન એક નાજુક મુદ્દો છે. માનવસંબંધ અને માનવમન પર એની ઘેરી અસર પડે છે. એમાંય રોજગારીની તકો સીમિત હોય એવા આપણા દેશમાં તો ખાસ. ક્યારેક એના ઓઠા હેઠળ કાર્યદક્ષતાને બદલે બીજી જ લાયકાતો ને ગુણો આગળ ઊપસી આવે છે. મને તો લાગે છે સુબંધુ, મૂડીવાદી સમાજરચનાનું આ મૂલ્ય આપણા સમાજમાં અપનાવવા જતાં બીજાં ઘણાં અનિષ્ટો ઊભાં થાય છે.'

'તો શું મારે આ સ્પર્ધામાંથી ખસી જવું?'

જાહ્નવિકા સ્મિત કરે છે.

'એવી સલાહ આપવાનો મને શું અધિકાર?'

બંને મૌન થઈ જાય છે.

'આપણે આ ચર્ચા પર ક્યાંથી ઊતરી પડ્યાં? મારી મુશ્કેલી છે. મતભેદ હોય ત્યાં હું એ વ્યક્ત કર્યા વગર નથી રહી શકતી. હું તમને ખરાબ લગાડવા નહોતી માગતી, સુબંધુ.'

સુબંધુ જાહ્નવિકાની સામે જોઈ સ્મિત કરે છે. સામેનાં ઘટાદાર વૃક્ષો પર નજર કરે છે.

'તમારી વાતથી ખોટું લગાડવાનો મને શું અધિકાર?'

'તમે ટચી છો, સુબંધુ.'

'પહેલાં વ્યક્તિ ઘા કરે અને પછી સામી વ્યક્તિ અકળાય એટલે એને કહે કે તું અકળાય છે.'

જાહ્નવિકા હસી પડે છે.

'પંખીઓનો કલબલાટ સંભળાય છે તમને?'

'ક્યાં છે પંખીઓ?'

'તમે બધિર છો. મુંબઈની ટૅક્સીઓનાં હૉર્ન સિવાય બીજા અવાજ તમારા કાન હવે નથી પકડતા.'

'તમે જ મને મુંબઈની સૃષ્ટિમાં ખેંચ્યો.'

'મૃદાંગનાબહેન પિયર ગયાં હશે ખરું?'

સુબંધુ ક્ષણેક મૌન બની જાય છે.

'આપણે મુંબઈ સાવ વીસરીને જીવીએ.'

સુબંધુ જાહ્નવિકા પર ઢળી પડતો હોય એટલો નજીક ખસે છે. જાહ્નવિકાને ખભે હાથ મૂકે છે. હાડકાંનો સ્પર્શ.

માતાનો કૃશ વિષાદસિક્ત ચહેરો, રક્તશ્યામ સંધ્યાની અંદર જાહ્નવિકાની સામે ઊપસે છે.

હઠી જા, હઠી જા જાહ્નવિકા. તું હઠી જા. પુરુષનો ઊંચી ફેણ જેવો દેહ તને દંશવા ફુત્કારશે. એ વિષમય દંશ તારી નસોનું લોહી ભૂરું બનાવી દેશે. જીવનભર પુરુષને આપી શકાય એવું તારી પાસે શું છે? પુરુષ જીવનભર માગશે તારું કોમળકોમળ માંસ. જીવનભર માગશે સૌંદર્યના ઉઘાડ. મેં જોયો છે પુરુષને. મેં ઓળખ્યો છે પુરુષને. તું ચાલી નીકળ, ચાલી નીકળ.

પરંતુ જાહ્નવિકા એ જ સ્થિતિમાં ચાલ્યા કરે છે.

સુબંધુ હસીમજાક વચ્ચે જમવાની શરૂઆત કરે છે. 'મૅડમને ખવડાવો બરાબર, ખવડાવો.' પીરસતા વેઇટરને સુબંધુ કહે છે. જબરદસ્તીથી જાહ્નવિકાએ માગેલી ભાખરીને બદલે પૂરી મુકાવે છે.

'તમે મને આગ્રહ ન કરશો. મને નથી ફાવતું.' જાહ્નવિકા હળવું સ્મિત કરે છે.

'કંઈ નહીં. તમે આગ્રહ કરો.'

જાહ્નવિકા સુબંધુની સામે એક ઝડપી નજર નાખી પાછી પોતાની થાળીમાં નજર ફેરવી લે છે, અને ધીમે ધીમે ચૂપચાપ ખાય છે. પાંચેક મિનિટમાં સુબંધુ શાંત પડી જાય છે. જાહ્નવિકા માત્ર એક વખત પૂછે છે, 'કેમ લાગ્યું જમવાનું?'

સુબંધુ કંઈ જવાબ આપ્યા વગર જમવાનું ચાલુ રાખે છે.

આ અહિંસક ભોજન લઈ જાઓ. નૉનવેજ. બ્રાન્ડી, શરીરમાં જ્વાળા ફેલાય એવું આપો આ સ્ત્રીને. ટેસ્ટીટેસ્ટી ખાઈએ. સ્વાદિષ્ટ સ્વાદિષ્ટ. પુરોહિત. ઝગમગતો ખંડ. અહીં સુની નથી. મૃદુ નથી અહીં. અહીં હળવું ભોજન અને ભારે વિચાર છે. અહીં ધીમેધીમે વસ્તુને પૂછીને ખાવાનું છે. અહીં કોઈને આગ્રહ કરવાનો નથી. આગ્રહના ભોગ બનવાનું નથી. ઠીક લાગે તે ખાઈ લો. ખાવું મહત્ત્વનું નથી. એ તો સાવ ગૌણ ને સ્થૂળ ક્રિયા છે. એટલે તમને શું ભાવે છે ને શું નથી ભાવતું એની ચર્ચા અહીં કરવાની નથી.

છતાં સુબંધુને વિચાર નથી આવતો હમણાં ને હમણાં ઊભા થઈને ચાલ્યા જવાનો.

જાહ્નવિકાને લાગ્યું આજે ખૂબ ખવાઈ ગયું. સાંતાક્રુઝનો એ બંગલો. વૃદ્ધાની સાથે કે એકલાંએકલાં કંઈક હાથ આવે તે ખાઈ મૂકવાની પ્રવૃત્તિ. કશું જ

યાદ નથી આવતું જાહ્નવિકાને. હંમેશ સુબંધુ આ પ્રમાણે પાસે બેઠો હોય, વેઇટર જમવાનું પીરસ્યા કરતો હોય. અહીં જ રહી પડું જાણે, પણ તમારે જવાનું છે સુબંધુ. મને ખબર છે, તમારે નોકરી છે. તમારે પત્ની છે. એક સ્નેહાળ પ્રેમાળ પત્ની.

જમીને જાહ્નવિકા ચેસ મંગાવે છે. આંખો મીંચીને આરામખુરસી પર પડેલો સુબંધુ ખુશ થઈ જાય છે.

'આજે તમારા પર મારે વિજય મેળવવો છે.'

જાહ્નવિકાનું એ જ મંદ સ્મિત, 'હું પરાજય સ્વીકારવા હંમેશાં તૈયાર છું.'

એક ચાલ, બીજી ચાલ, ત્રીજી ચાલ, પરસ્પર સ્મિત. ફરી આગળ. ફરી સ્મિત. એક રમત ડ્રૉ. બીજી રમત ડ્રૉ. બંને હસી પડે છે.

તું કેટલી નિકટ છો, જાહ્નુ તું કેટલી નિકટ.

મોડી રાત્રે સુબંધુની આંખો ખૂલી જાય છે. નીરવ શીતળ અંધકાર ચારે તરફથી કણસે છે. ઊભો થઈ સુબંધુ પોતાના ખંડમાં આંટા મારે છે. લાઇટ કરે છે. ટ્યૂબના પ્રકાશથી ચારેબાજુ વીંટાયેલો અંધકાર ક્ષણેક દૂર ખસી જાય છે. ફરી સર્વત્ર અંધકાર. એ જ કણસતો ડૂસકતો અંધકાર.

સૂર્યના ઊજળા પ્રકાશમાં એક માણસ પૂરપાટ દોડે છે. ઝાડીઝાંખરાં ટેકરીઓ કુદાવતો પૂરપાટ દોડે છે. દૂર ને દૂર. ઝાડીઝાંખરાં ને ટેકરીઓનો અંત નથી. હાંફ્યા વગર, લથડ્યા વગર છલંગતો વેધક નજરથી કંઈક ફંફોસતો એ બસ દોડ્યા કરે છે.

સવારે સુબંધુની આંખ ઊઘડે છે ત્યારે ચારે તરફ ગુલાબી પડદાઓમાંથી નીતરતો સૂર્યપ્રકાશ આખા ખંડમાં પથરાઈ ગયો છે. તે બારણું ખોલી બહાર આવે છે ત્યારે જાહ્નવિકા એક પુસ્તક વાંચવામાં લીન છે. પદસંચારથી તે ઊંચે જુએ છે. આંખો ચોળતા સુબંધુ તરફ જોઈ સ્મિત કરે છે.

'તમે રજાને માણી શકો છો.'

સુબંધુને જાહ્નવિકાના ચહેરા પર વિષાદની રેખાઓ દેખાય છે. ધીમેથી તે આરામખુરસી પર બેસે છે.

'આપણે તો પહેલાં ચા જોઈશે.'

જાહ્નવિકા માણસને બોલાવી ચા લાવવાનું કહે છે. સુબંધુ ઊભો થઈ મોં ધુએ છે. બ્રશ કરે છે.

'એક કપ નહીં. બે કપ ત્રણ કપ.' સુબંધુ વેઇટરને કહે છે અને જાહ્નવિકા સામે જોઈ સ્મિત કરે છે. વેઇટર હસતોહસતો ચાલ્યો જાય છે.

નવ વાગ્યે સુબંધુ અને જાહ્નવિકા બહાર નીકળે છે. જાહ્નવિકા એ જ હૅન્ડલૂમની સફેદ સાદી અને સફેદ બ્લાઉઝથી સજ્જ. સુબંધુએ મોટા લાલ ચોકડાવાળું હાફ બુશશર્ટ અને ડાર્કગ્રીન પૅન્ટ પહેર્યાં છે.

'તમે બિલકુલ સન્ડે મૂડમાં છો!' જાહ્નવિકા હસે છે.

'પણ મારી સાથે ચાલનાર? એ જ વિકલી મૂડમાં!'

'અત્યારે આપણે ''સિદ્ધાર્થનગર'' જઈએ. સાંજે કાર્લાની ગુફા જોશું.'

'બૌદ્ધ વસતિનો અભ્યાસ કરવાનું તમને શું સૂઝ્યું?'

'કેમ? એમનો અભ્યાસ ન થાય?'

'થાય, પણ દરેક પ્રાન્તમાં વસતા આપણા ગુજરાતીઓનો અભ્યાસ કરો ને! ખબર છે? અહીં લોનાવલામાં મોટા ભાગના વેપારી ગુજરાતીઓ છે?'

'સાચી વાત છે. પણ ગુજરાતીઓ વિશે અભ્યાસ થયા છે અને આ બૌદ્ધોનો અભ્યાસ કરવા પાછળ એક રસપ્રદ મુદ્દો છે. અહીં માતંગ, ચમાર, ગૌલા, રોહદાસ, મહાર એ અસ્પૃશ્ય જ્ઞાતિઓ છે. એમાંથી મહાર જ બૌદ્ધ કેમ બન્યા? બીજી અસ્પૃશ્ય ગણાતી જ્ઞાતિઓ કેમ નહીં? ધર્મપરિવર્તનથી જુદીજુદી કેટલી જ્ઞાતિઓ ઊભી થઈ છે તે જુઓ. ખોજા, મેમણ, વહોરા, ખ્રિસ્તી, બૌદ્ધ. મૂળ બધા હિંદુઓ. મારે આ બૌદ્ધોના સંદર્ભમાં એ જોવું છે કે આ જ્ઞાતિ સંજ્ઞાથી જ એ જુદી જ્ઞાતિ છે કે એ સિવાય હિંદુઓ કરતાં એના કલ્ચરમાં કોઈ તાત્ત્વિક ભેદ છે?'

સુબંધુ મૂંગોમૂંગો જાહ્નવિકાની સાથે ચાલે છે. 'સિદ્ધાર્થનગર'ના ઝાંખા વિસ્તારમાં લોનાવલાના ગેસ્ટહાઉસની ચમક નથી. સુબંધુનો ગૌર દેહ, એના પરનો ચોકડાવાળો હાફ બુશશર્ટ, ચકચકતા બૂટ, આછી વ્યવસ્થિત કાપેલી દાઢી વસાહતની વસતિમાં એને જુદો પાડી દે છે. જાહ્નવિકાની સાથે ચાલે છે, પરંતુ જોનાર તરત પારખી શકે કે જાહ્નવિકાની સાથે એ મૅચ નથી થતો. સુબંધુની

આંખ એ શ્વેત રંગથી એટલી ટેવાઈ ગઈ છે કે જાહ્નવિકાને શ્વેત રંગ સિવાય બીજો એકે રંગ ન શોભે એ એને મનમાં દઢપણે વસી ગયું છે.

જાહ્નવિકાએ તૈયાર કરેલી પ્રશ્નાવલિ સુબંધુ જુએ છે. ઉત્સાહપૂર્વક ધીરજપૂર્વક પ્રશ્નો પૂછતી જાહ્નવિકાને જુએ છે. 'કેટલું સ્ટ્રેઇન્જ!' જાહ્નવિકાના વચ્ચેંવચ્ચે ક્યારેક નીકળતા ઉદ્ગાર સંભળાય છે. વળી પ્રશ્નો પૂછવામાં મશગૂલ થઈ જાય છે. ઘણું શુદ્ધ મરાઠી જાહ્નવિકા બોલે છે. ખૂબ તળપદી પોતે ન સમજી શકે એવી ભાષા પણ જાહ્નવિકા સમજી શકે છે. આ શી મગજમારી! ક્યારેક સુબંધુ કંટાળી જાય છે. જાહ્નવિકાને મદદરૂપ બનવા પોતે પ્રશ્નો પૂછવા બેસી જાય છે, પણ ઉચ્ચાર બરોબર થતા નથી. શબ્દો ગોઠવાતા નથી. ક્યારેક યોગ્ય શબ્દ યાદ આવતો નથી. જાહ્નવિકા હળવું સ્મિત કરે છે, 'પ્રોફેસરોનું કામ પ્રોફેસરોને કરવા દો.'

અને સુબંધુ સુનીતિ, મૃદુ, ક્લેયમેન્ટ ઍન્ડ કંપનીમાં ચાલ્યો જાય છે. પ્રમોશન. પાર્ટી. ખુશખુશાલ મૃદુ. નિસ્તેજ રડમસ મિ. ભટ્ટ. બિચારો ભટ્ટ. સુબંધુ હસે છે. સિનિયોરિટી સિનિયોરિટી સિનિયોરિટી, નીતિ નીતિ નીતિ, કાળી ઠૂંઠા જેવી નીતિ, છટ્ નીતિ. કમબખ્ત નીતિ.

જાહ્નવિકા નિશ્ચિંતતાનો અનુભવ કરે છે. સુબંધુ ન હોત તો આટલે દૂર આ વસાહતમાં આવી શકાત? કેમ નહીં? પણ સુબંધુની હાજરીથી નિરાંતનો કેવો અનુભવ થાય છે! ડાંગનાં જંગલોમાં નાયકની સાથે એ નિશ્ચિંતતા નહોતી. તમારી આંખોમાં, તમારા હલનચલનમાં શું છે એવું સુબંધુ?

જાહ્નવિકા ઉત્સાહભેર વાતો કરે છે. કયાં તારણો નીકળી શકે એની ચર્ચા કરે છે. જાણે સરવે સિવાય દરેક વસ્તુ ગૌણ બની ગઈ છે જાહ્નવિકાને ! જમતાં, ચાલતાં, બેસતાં બસ એ જ વાતો. સરવે, સરવે, સરવે.

સાંજે કાર્લાની બૌદ્ધ ગુફા જોઈ બંને પાછાં વળે છે ત્યારે જાહ્નવિકાનો ચહેરો પ્રસન્ન થાકથી નીતરે છે.

'કેટલો સભર ગયો આજનો દિવસ, સુબંધુ! દરેક દિવસ આવો સભર કેમ નથી બનતો?'

'કારણ કે દરેક દિવસે બધું આપણી ઇચ્છા મુજબ નથી બનતું.'

રાત્રે ભોજન કરતી વખતે જાહ્નવિકા બોલતી હતી, 'ગરીબીરેખા નીચે જીવતાં માણસોની સંખ્યા કેટલી આ દેશમાં? આજે જોયાં એ માનવીઓ કેવાં, સુબંધુ? એમનાં ઘરમાં ટ્રાન્ઝિસ્ટર છે. તેઓ શર્ટપૅન્ટ પહેરે છે. એમને પણ રહેવા એક ઘર છે. ભલે નાનું પણ એક ઘર છે. બધાને રહેવા માટે ઘર છે આ દેશમાં? આ બધા સુખી કહેવાય કે નહીં, સુબંધુ? અને આપણે?'

'આ દેશમાં આવા વિચાર કરનાર માણસે કાં આપઘાત કરવાનો, કાં ગાંડા બની જવાનું. ત્રીજો વિકલ્પ નથી, બોલો, તમને કયો વિકલ્પ પસંદ છે?'

જાહ્નવિકા મૌન છે. ક્યાંક ખોવાઈ ગઈ છે.

મોડી રાતે ફરી એ કણસતા અંધકારથી સુબંધુનો ખંડ ભરાઈ જાય છે. ઊભો થઈને સુબંધુ ખંડમાં આંટા મારે છે. બારી પાસે ઊભોઊભો બહારના અંધકારને નીરખે છે. આખું શરીર થાકથી ભારે છે, તોપણ ઊંઘ કેમ નથી?

લાઇટ બંધ કરી ફરી પથારીમાં પડે છે. ફરી ચોપાસ એ જ ડૂસકતો અંધકાર. માથે રજાઈ ઓઢી લે છે. આંખો ખેંચીને બંધ કરી દે છે. પાંચ મિનિટ, દસ મિનિટ. એકદમ પથારીમાં ઊભો થઈ જાય છે.

ધીમેથી વચ્ચેનું બારણું ખોલે છે. આગલા ખંડમાં નાઇટલૅમ્પનો આછો ઉજાસ છે. જાહ્નવિકા પલંગમાં આરામથી સૂતી છે. એના કેશ છૂટા છે. મુખ પર પ્રસન્નતા ને સ્વસ્થતા છે. સુબંધુની આંખો સ્થિર બની જાય છે. મેધાવી, સ્મિતગંભીર, ભીની સુગંધની જેમ માનવવસતિ પર છવાઈ જતી શ્યામલ કોમળ જાહ્નવિકા. સુબંધુ સ્થિર ઊભો છે. એક ડગલું, બે ડગલાં, ત્રણ ડગલાં. જાહ્નવિકાના મુખ પર એનું મુખ નમેલું છે. સહસા જાહ્નવિકા સફાળી બેઠી થઈ જાય છે.

'તમે અહીં છો, સુબંધુ? કેમ? કામ હતું કંઈ?'

સુબંધુ અવાક છે. જાહ્નવિકા લાઇટ કરે છે.

'કેમ બોલતા નથી તમે, સુબંધુ? હું ઓળખું છું એ સુબંધુ ક્યાં?'

સુબંધુ મતિમૂઢ ઊભો છે.

'તમારા ખંડમાં જાઓ, સુબંધુ. અસભ્ય ન બનો તમે. હું સહન નથી કરી શકતી. મૃદાંગનાનો અન્ય પુરુષ સાથેનો આવો વ્યવહાર સ્વીકારી શકશા તમે? મારી સામે નીચા ન પડી જાઓ, સુબંધુ. તમે જતા રહો, જતા રહો. ઓહ !'

ધગધગ ગરમ લોહીનો તમાચો પડે છે સુબંધુને. ઝડપથી પાછો ધસી જાય છે સુબંધુ પોતાના ખંડમાં.

હું મૃદાંગનાનો પતિ છું, હું મૃદાંગનાનો પતિ છું, હું મૃદાંગનાનો પતિ છું...

મૃદુ અન્ય પુરુષ સાથે શય્યામાં? અંધકારમાંથી એક તોતિંગ પક્ષી ઊતરી આવે છે. પોતાની જાડી પોલાદી તીક્ષ્ણ ચાંચથી ઊંચા આભને તાકતી સુબંધુની આંખોને કોચી નાખવા ઝંઝાવાતી પાંખોથી તે શેલારે છે. સુબંધુ તેને હડસેલી ઠેલવા હાથ વીંઝે છે. હીસ હીસ હીસ હીસ. જમીનમાં તિરાડો પડી જાય છે. ઊંચે ઊડતા પથ્થરો, ધૂળ, રેતી, ધગધગ લાવા, ખળભળ ખળભળ જળ. ચારેબાજુ જળ. વમળાતું જળ. ધસતું જળ. સુબંધુ દોશી બાથોડિયાં મારે છે. ક્યાં છે મનુ? ક્યાં છે હોડી?

૧૦

સુબંધુ અને જાહ્નવિકા સોમવારે સવારે પોણાનવે દાદર ઊતરે છે. જાહ્નવિકાની આંખોમાં આખી રાત આંસુ તગતગ્યાં છે. પુરુષ પુરુષ! આખરે સ્ત્રીનો સ્પર્શ જ માગવાનો! મોં પર બેત્રણ વખત મ્લાન સ્મિત ફરકે છે. માતાનો ખડખડ હસતો ચહેરો સામે દેખાય છે.

રાયગઢ એક્સપ્રેસમાં દાદર સુધી બંને વિચારોમાં ખોવાયેલાં રહ્યાં. ભાગ્યે જ બેપાંચ વાક્યોની આપલે થઈ. એક વખત મૂંગાંમૂંગાં કૉફી પીધી. પરસ્પરથી વિખૂટાં પડવા, હવે ક્યારેય નથી મળવું એવી મનની લાગણી સાથે બંનેએ ઉત્સુકતાપૂર્વક દાદરની રાહ જોઈ છે.

દાદર સ્ટેશન પર એક આછું સ્મિત કરી સુબંધુ છૂટો પડી જાય છે. તે ટેક્સીમાં પૂરપાટ વેગે દોડે છે. બંધ ફ્લૅટ પાસે આંચકો ખાઈ ઊભો રહે છે. મિ. પંજવાણીના ફ્લૅટનો કૉલબેલ રણકે છે. ઓપન ગાઉન પહેરેલી, ઊપસેલા પેટવાળી મિસિસ પંજવાણીનો સ્થૂળકાય દેહ સુબંધુને જોઈ સૂકા પર્ણની જેમ ખડખડી ઊઠે છે.

લકવો થઈ ગયેલા હાથે સુબંધુ તાળું ખોલે છે. બૅગ લઈને બોરીવલી! મિસિસ પંજવાણીએ આપેલી માહિતીથી અજ્ઞાત કંપ સુબંધુના શરીરમાં ફેલાયો છે.

ચકચકતું ઘર. ડાઘ, મેલ, ધૂળ વગરનું ઘર. કેવું ગમે છે આ ઘર મને! ભીંત પર પિન્ક-બ્લૂ ડિસ્ટેમ્પર. બારી પર મૅચિંગ પડદા, ગૌતમ બુદ્ધ, ગાંધીની પ્લાસ્ટર ઑફ પૅરિસની મૂર્તિઓ. સોફા પર જાપાનીઝ ઢીંગલીઓ, ગૂંથેલી ગાદી. હંમેશ સવારે હવામાં ભળતી સુખડની અગરબત્તીની સુગંધ અત્યારે ખંડમાં નથી.

બૅગ લઈને બોરીવલી! મૃદુના પોશાકો વગરનાં કબાટ ખાલી છે.

દસ વાગ્યે સુબંધુ દોશી મૃદુના પિયરનું બારણું ખખડાવે છે. બારણાં પાસે કોઈનાં પગલાંનો અવાજ. તરત બારણું ખૂલતું નથી, અંદર શાંત ચહલપહલ. એક મિનિટ પછી ધીમે રહી બારણું ખૂલે છે. મૃદુનો આઠ વર્ષનો ભાઈ કુતૂહલથી સુબંધુ સામે તાકી રહી સહેજ સ્મિત કરી અંદર નાસી જાય છે.

સુબંધુ ચિરપરિચિત ડ્રૉઇંગરૂમમાં પ્રવેશ કરે છે. એ જ પરિચિત સોફાનો સ્પર્શ અપરિચિત લાગે છે. હંમેશની માફક મંદ સ્મિત કરતાં સુનયના કે મૃદુનાં બા બહાર નથી આવતાં. ખૂબ સ્વાભાવિક બની સુબંધુ પગમાંથી બૂટ કાઢે છે. સુબંધુની તેરેક વર્ષની એક બીજી સાળી સ્કૂલયુનિફૉર્મમાં સજ્જ સુબંધુ તરફ ત્રાંસી નજરથી જોતી પસાર થઈ જાય છે.

સુબંધુ સોફા પરથી ઊભો થઈ રસોડામાં પ્રવેશ કરે છે. શૂન્યમનસ્ક મૃદુ ડાઇનિંગ ટેબલની ખુરસી પર બેઠી છે. મૃદુની માતા કે મૃદુ સુબંધુના રસોડામાં થયેલા પ્રવેશની કોઈ નોંધ ન લીધી હોય એમ એ જ સ્થિતિમાં બેસી રહે છે.

સુબંધુ રસોડાના બારણામાં અવાક ઊભો છે.

બાજુના ખંડનું બારણું ખોલી મનમોહન શાહ બહાર આવે છે. હંમેશની માફક સુબંધુને જોઈ જડબાં પહોળાં કરી દાંત દેખાય એમ હાસ્ય નથી કરતા. ધોતિયું અને સદરો પહેરેલો આ માણસ આજે ખરેખર તંગ રેખાવાળો ન્યાયાધીશ સુબંધુને લાગ્યો. સુબંધુના સ્મિતનો ઉત્તર વાક્યમાં આવે છે,

'બહાર આવો સુબંધુરાય.'

સુબંધુ મંદ પગલે આરોપીની જેમ પાછો ખસે છે. સોફા પર બેસે છે.

'જમવાનું બાકી છે?'

સુબંધુ પ્રશ્નથી ક્ષણેક રાહત અનુભવે છે. પાંચ મિનિટમાં મૃદુનો ભાઈ હાથમાં થાળી લઈ ડ્રૉઇંગરૂમમાં પ્રવેશે છે.

મૃદુના પિતા ઊભા થાય છે. અંદરના ખંડમાં જાય છે. પાછા આવે છે ત્યારે ઑફિસના ડ્રેસમાં સજ્જ છે.

'અમદાવાદથી ક્યારે આવ્યા?'

સુબંધુ એ પ્રશ્નને સમજવા મથે છે.

'ગુજરાત મેલમાં.'

સુબંધુએ જોયું આ શબ્દો સાંભળતી વખતે મનમોહનરાય ખૂબ ધ્યાનથી એના ચહેરાની રેખાઓ નિહાળતા હતા.

જહન્નમમાં ગયો હતો. તમારે શું?

સુબંધુ વિશેષ કંઈ ખાધા વગર ઊભો થાય છે. મનમોહનરાય વિશેષ વાત કર્યા વગર ઑફિસે જવા નીકળે છે.

સુબંધુ પાંચેક મિનિટ ડ્રૉઇંગરૂમમાં એકલો જ બેસી રહે છે, પરંતુ મૃદુ કે મૃદુનાં બા. બહાર આવતાં નથી. સુબંધુ મૃદુને રસોડામાંથી બીજા ખંડમાં પસાર થતી જુએ છે. ઊભો થઈ તે મૃદુ પાસે જાય છે.

'શું છે મૃદુ? ઘરમાં કોઈનો શોક પાળે છે બધાં? હું જાઉં છું.'

મૃદુ જવાબ આપ્યા વગર, નજર ફેરવ્યા વગર ખુરસી પર બેસી રહે છે. સુબંધુ નજીક જઈ મૃદુની હડપચી ઊંચી કરે છે.

'શું છે આ બધું તોફાન?'

મૃદુની આંખોમાં ઝળઝળિયાં છે. ધીમેથી તે સુબંધુનો હાથ ખસેડી લે છે.

'તમે અમદાવાદ ગયા હતા?'

'વિશ્વાસ નથી?'

'હું પૂછું છું તમે અમદાવાદ ગયા હતા?' મૃદુના અવાજમાં ચીસો સંભળાય છે.

'હા.'

મૃદુની આંખોમાં માનવજીવનનું વિષ ફુત્કારી ઊઠે છે.

સુબંધુની આંખોમાં સ્વસ્થતા અને સ્મિત છે.

'ગેરસમજ અનુચિત છે, મૃદુ.'

'તમે જતા રહો, સુબંધુ. વિશ્વાસ લગ્નને ટકાવે છે.'

હું ચાહું છું તારા રોમેરોમને. ગૃહિણી ગૃહમ્ ઉચ્યતે. તારામાં રહેલી એ ગૃહિણીને, એ સ્નેહાળ આંખોને સ્વચ્છ સ્વચ્છ ઘરની સુગંધને સુગંધને સુગંધને...

તું મને કેટલી ગમે છે, કેમ સમજાવું તને?

સુબંધુની આંખોમાં ગૌરવપૂર્ણ વિષાદ મૃદુને દેખાય છે.

'હું જાઉં છું, મૃદુ.'

મૃદુ ખુરસી પરથી ઊભી થતી નથી.

સુબંધુ સરિયામ રસ્તા પર ચાલે છે. આખો રસ્તો સૂર્યપ્રકાશમાં ઝગઝગે છે. માનવકોલાહલ, વાહનોના ઘરઘરાટ વચ્ચે ચાલે છે સુબંધુ. ક્યાં જાય છે આ રસ્તો? શહેરની બહાર, આ માનવસમાજની બહાર લઈ જશે મને? મારે શહેર બહાર લઈ જતો રસ્તો જોઈએ. ડામર, પથ્થર, કાંકર, રોલરથી દાબેલો પીસેલો ચોખ્ખો ચળકતો લીસો સપાટ રસ્તો છોડી જવું છે મારે. આંક્યા વગરનો, રસ્તા વગરનો રસ્તો. ક્યાં છે રસ્તો?

*

શાન્તિપ્રસાદ ભટ્ટે નિરંજનના સગપણની ખુશાલીમાં સ્ટાફને પેંડા વહેંચી દીધા છે. સવિતાનો ભભૂકેલો રોષ ધીમેધીમે બબડાટની સ્થિતિએ પહોંચી ગયો છે. જાની કાનમાં રહે છે શાન્તિપ્રસાદને 'જરાય ગભરાશો નહીં, મચક આપશો નહીં, ધીમેધીમે ટાઢું પડી જશે બધુંય.'

સવિ બબડતી હોય છે, 'મારે શું? લાવો ને! પછી પસ્તાઓ છો કે નહીં મને કહેજો. કંસાર બાફવા સિવાય બીજું આવડતું હોય તો મને ફટ કહેજો. પછી દીકરાને સ્વાદ થાય તે કેવા પોસાય છે એ ખબર પડશે, નથી સવિતા કે જાતે શીખીને બધું ખવડાવે. વેંત જેવડીથી એક કળશોય ઉપાડાવાનો નથી. જોઈ લેજો.'

નિરંજને પૂનામાં હૉસ્ટેલની રૂમમાં મશીન ડ્રૉઇંગનું પુસ્તક વાંચતાં વાંચતાં પોતાની વાગ્દત્તાને એક પ્રેમપત્ર ચીતરી નાખ્યો છે, લખીને પોતાની પાસે રાખી મૂક્યો છે. બૅગનાં કપડાંમાં કોઈ જોઈ ન જાય એમ સંતાડી દીધો છે. રોજ એને કાઢીને વાંચે છે, અને સાચવીને પાછો મૂકી દે છે.

શાન્તિપ્રસાદે મનમાં નક્કી કરી નાખ્યું છે, નિરંજનને પરણાવી જુદો જ કરી દેવો. આ ઘોડો નહીંતર આખો દિવસ હણહણશે ને પારકી છોકરીને ધરાઈને ધાને ગળે નહીં ઊતરવા દે. ભલે પછી પગ ઘસડતી આખી જિંદગી – અને શાન્તિપ્રસાદ હસતાંહસતાં એક દિવાસ્વપ્નમાં સરકી જાય છે. સિત્તેર વરસની બોખી સવલી 'જ્યોતિ ઍપાર્ટમેન્ટ'નાં પગથિયાં ધીમેધીમે ગોઠણે હાથ દેતીદેતી ચડે છે. હાંફે છે. ઘરમાં લમણે હાથ દઈને મૃત શાન્તિપ્રસાદને યાદ કરતી બેઠી છે, અરે રે! મેં આખી જિંદગી દુઃખી કર્યા તમને, હે ભગવાન, મને આ દુઃખમાંથી ઉગારી લે.

મિ. ભટ્ટે કંપનીના ડિરેક્ટર્સને પાર્ટી ન આપી તે ન જ આપી. કેમ કરીને આપે? નક્કી જ ક્યાં છે ડે. સેલ્સ મૅનેજરની પોસ્ટ ઊભી થવાની છે કે નહીં? હમણાં પિંગે ને દેસાઈ વળી નવી જ વાત લાવ્યા છે. મૅનેજિંગ ડિરેક્ટરનો જમાઈ પરદેશથી આવે છે એને માટે પોસ્ટ ઊભી થાય છે.

કંપનીસ્ટાફ ખડખડ હસે છે. હી હી હી ગ્રેટ દોશી! બિચારા ભટ્ટ ! અહીં હોશિયારી ન ચાલે, માખણ ચાલે. અહીં માખણ ન ચાલે, સગાં ચાલે.

'અરે ભાઈ, કોને થવું છે મૅનેજર! ભલું થયું ભાંગી જંજાળ.' અને મિ. ભટ્ટ વાત કરનારની સામે હસે છે. આંખોમાં એ જ નમ્ર સ્મિત છે. છાતીની અંદર સંકોચાઈ ગયેલા બંને ખભા ફરી પાછા બહાર આવી ગયા છે. ભૂલ વગર, અચકાયા વગર સ્ટેનોને લેટર ડ્રાફ્ટ કરાવે છે.

બાજુની કેબિનમાં ફાઇલો પછાડતો, ધસારાબંધ પવન ફૂંકતો, ફરફોલી ઊઠેલો મિ. દોશી ભટ્ટને દેખાય છે. મિ. ભટ્ટ 'હે ભોળા શંભુ, માનવીને પરમ શાંતિ આપ. તું પરમ શાંતિ આપ' એમ મનમાં બોલ્યા કરે છે.

કામ કામ કામ. અકરાંતિયાની જેમ કામ. બધું થિજાવી દેવા કામ. મૃદુ, જાહ્નવિકા, સુનીતિને ભૂલવા કામ. મને કામ આપો, મિ. ભટ્ટનું કામ આપો. મિ. ગુપ્તાનું કામ આપો. આખી ઑફિસનું કામ આપો. હું મિ. સુબંધુ દોશી ઊંચકી શકું આખી ઑફિસ.

બપોરે ત્રણ વાગ્યે સુબંધુ દોશી સુનીતિ શાહને ફોન જોડે છે.

'હેલો સુની, હું સુબંધુ.'

'હા, બોલો સુબંધુ દોશી, દાસી સેવામાં હાજર છે.'

'હું જાણું છું તું રિસાયેલી છે.'

'હોઈશ. તારે શું? કામ શું છે એ બોલને.'

'ચાલ, ફરવા જઈએ. તું કહે તો મુંબઈમાં, મુંબઈની બહાર.'

'અરે અરે! શું વાત છે! સુબંધુ દોશી એમનાં પ્રેમાળ પત્નીના પાશથી કંટાળી ગયા કે શું?'

'તું જવાબ આપ. હમણાં ઑફિસમાંથી રજા લઈ લે. હું ત્યાં આવું છું.'

'હમણાં? અત્યારે? આજે બહુ બિઝી છું. ઑડિટ ચાલે છે, સુબંધુ.'

'તું નહીં આવે?'

'તું સમજ, સુ. મારી સ્થિતિનો વિચાર કર, કેમ કરીને હું આવું તારી સાથે?'

'હું ઓળખું છું તને, તારા ઑડિટનેય ઓળખું છું.'

'હા હા હા હા! ત્યારે તું જાણી ગયો! સાચું કહું. એક અગત્યની યુનિયનમિટિંગ છે. નહીંતર જરૂર આવત તારી સાથે, સુબંધુ દોશીને નહીંતર હું ના પાડું? બસ, સમજી ગયો ને?'

'પડતી મૂક તારી મિટિંગ. મારે અગત્યનું, ખૂબ અગત્યનું કામ છે. તારે આવવું પડશે. મેં ઑફિસમાંથી રજા પણ લઈ લીધી છે.'

'વાહ. મને પૂછ્યા વગર? સૉરી, સુબંધુ. આજે માફ કર, ફરી ક્યારેક. સાચેસાચું કહી દઉં! પેલા જાડિયા ખચ્ચરે અલમસ્ત પાર્ટી ગોઠવી છે. બોલ, કેમ નિરાશ કરું એને?'

'હું ફોન મૂકું છું, સુની.'

'ઓ. કે. બાય, સુબંધુ, મળીશું ક્યારેક.'

'મારાં હાર્દિક અભિનંદન અત્યારથી ભાવિ મિસિસ તીડકેને.'

'જલ્યો ને દીકરા?'

'હું! અભિનંદન આપું છું ને તું...'

'જલ. તું જલીને ખાખ થઈ જા. મારા આશીર્વાદ છે.'

'જલીશ, હવે તું સુખી! પણ અત્યારે તું આવે છે કે નહીં?'

'આજે ધૂપસળીની જેમ જલ્યા કર, બચ્યો હોઈશ તો કાલ આવીશ. જા, નક્કી.'

'એય સુની, ખરેખર તું શું કામમાં રોકાયેલી છે, કહીશ?'

'એક પણ નહીં. બોલ. પણ આજે તારી સાથે નહીં આવું નહીં આવું નહીં આવું. હવે બીજી વાત હોય તો કર.'

સુબંધુ રિસીવર નીચે મૂકે છે.

ખાટી કેરીનો સ્વાદ લેતી હોય એમ સુનીતિ શાહ ચૂંચી આંખે સિસકારા બોલાવતી મલક્યા કરે છે.

અને સુબંધુ દોશી ઑફિસની બહાર નીકળી પડે છે. એક રસ્તો આગળ. એક રસ્તો પાછળ. એક રસ્તો ડાબી બાજુ. એક રસ્તો જમણી બાજુ. એક રસ્તો ઈશાન ખૂણે બીજો રસ્તો અગ્નિખૂણે. સુબંધુ દોશી ચાલે છે. સાંકડા રસ્તે. પહોળા રસ્તે. નિર્જન રસ્તે. કોલાહલિયા રસ્તે. સમુદ્રના રસ્તે. સ્ટેશનના રસ્તે. પહોળો બનીને તરડાઈ ગયો છે સામેનો રસ્તો. એની તિરાડોમાંથી કાનખજૂરા ને કરચલા બહાર નીકળે છે. હજી રસ્તો ફાટતો જ જાય છે. તિરાડો મોટી ને મોટી બનતી જાય છે. સુબંધુ દોશી ચાલે છે. જાડાજાડા પગ. એક ડગલું ગોળ. એક ત્રાંસું. એક ડગલું મોટું એક ડગલું નાનું.

પિંગે ચા પીએ છે. પેસ્તનજી સિગાર ચૂસ્યા કરે છે. પોતાની, બાજુની કંપનીમાં ટેલિફોન ઑપરેટર તરીકે કામ કરતી પત્ની ગુલ જોડે ખાલીખાલી વાતો કર્યા કરે છે. મિ. ભટ્ટ બકરીની જેમ કામ ચાવ્યા કરે છે.

દસ દિવસ પછી ક્લેયમેન્ટ ઍન્ડ કંપનીની સમતલ હવામાં ફરી આંદોલન ઊભાં થાય છે. દેસાઈ હિલોળે ચડ્યો છે. કાયૂપો રે ભટ્ટભાઈ કાયૂપો. તમારા દોશીડાનો ભરદોરમાં કાયૂપો. સુરતી બચ્ચા પાસે કોઈનો ના ટકે. ભલે બીજી કંપનીમાં ટળે. મોટો મૅનેજર બને. બિઝનેસ કરે. ફૅક્ટરી ચલાવે. જહન્નમમાં જાય. અહીં તું સુવ્વરના બચ્ચા અમારા પર ચડી બેસવાનો હતો?

ટૉનિકથી પિંગેના ચીમળાયેલા મોં પર રતાશ છે. એનું તાલિયું લંબગોળ મોં હથેળી પર ટેકવાઈ સામેના ટેબલ પર બેઠેલા, સિગારમાંથી ધુમાડો કાઢતા પેસ્તનજી સામે પટપટતી આંખે મલકે છે.

મિ. સુથારનો ફોન મિ. દોશીની કેબિનમાં રણકે છે.

'અભિનંદન, દોશી. સાંભળ્યું ''મેથ્યુસ લિ.''માં તમે ઍપોઇન્ટમેન્ટ લીધી? સરસ કંપની છે. આ કંપનીમાં હોશિયાર માણસનું કામ નથી. ''મેથ્યુસ''ના ડાયરેક્ટર્સ ડાઇનેમિક છે. યુ વિલ ફ્લરિશ.'

જનરલ મૅનેજર ચોકસીનો ફોન રણકે છે.

'તમે ઉતાવળ કરો છો, દોશી. થોડું સ્વસ્થતાથી વિચારો. મૅનેજિંગ ડિરેક્ટર, ટૅક્નિકલ ડિરેક્ટર તમારા કામથી પ્રસન્ન છે. you will be rewarded, I promise. મારા પર વિશ્વાસ રાખો.'

'થૅંક્સ, સર. મેં નિર્ણય વિચારીને જ લીધો છે. મારે કશું જ કહેવાનું નથી.'

'મેથ્યુસ લિ. નવી કંપની છે. એની કોઈ ગુડવિલ નથી. ક્લેયમેન્ટ જેવી કંપની છોડીને તમે ભૂલ કરો છો. You leap in the darkness.'

'સલાહ બદલ આભાર, સર. પણ મારો નિર્ણય અફર છે.'

'ઑલરાઇટ. I wish you a bright future. છતાં તમને એક દિવસ આપું છું વિચારવાને. Resignation letter મારી પાસે જ રાખું છું.'

ઑફિસમાં વાતો ચાલે છે. ડેપ્યુટી મૅનેજરની પોસ્ટ કંપનીએ કૅન્સલ કરી એટલે મિ. દોશીએ રાજીનામું આપ્યું. માણસ કહેવો પડે, હોશિયારી એના બાપની. ક્લાર્ક ઝવેરી વળીવળીને આસપાસનાં ટેબલ પર કહેતો હોય છે, 'જોયું ને? હું કહેતો હતો. રહી ગઈ ને ક્લેયમેન્ટ કંપની હાથ ઘસતી? માણસને સાચવતાં આવડવું જોઈએ. હોશિયારીની કિંમત દરેક જગ્યાએ.'

મિ. ભટ્ટ સાવ હળવા થઈ ગયા. જાણે છાતી પરથી કોઈએ મોટો પથ્થર ખસેડી લીધો હોય એમ નિરાંતે શ્વાસ લે છે.

*

'ક્લેયમેન્ટ ઍન્ડ કંપની'નો ઍક્ઝિક્યૂટિવ સ્ટાફ સુબંધુ દોશીને ચર્ચગેટ પાસેની 'સત્કાર' હોટલમાં એક ભવ્ય વિદાય પાર્ટી આપે છે. મિ. દેસાઈએ દોશીના મિલનસાર ને પ્રામાણિક સ્વભાવની ભારોભાર પ્રશંસા કરી. મિ. ભટ્ટે દોશીના સહાયક સ્વભાવને વખાણ્યો. મિ. ગુપ્તાએ દોશીને બાહોશ અને દક્ષ યુવાન તરીકે

સફળતા વાંછી અન એમ ધીમેધીમે મિ. દોશીનો એક ચહેરો એ પાર્ટીમાં બંધાઈ ગયો. મિ. દોશી ખરેખર એક સજ્જન માણસ હતો. તેણે પોતાના સાથીઓ સાથે સહકાર ને સંપથી કામ કર્યું. તે પોતાના કામમાં ચોક્કસ અને ઝડપી હતો. ગમે તેવા કામના ભાર નીચે પણ તે કોઈ પર અકળાતો નહીં. ક્યારેય અભિમાન કરતો નહીં. ક્યારેય કોઈની ઈર્ષ્યા કરતો નહીં. કોઈની શેહમાં દબાવું, ખુશામત કરવી એના સ્વભાવમાં નહોતું. ટૂંકમાં મિ. દોશીના જવાથી 'ક્લેયમેન્ટ ઍન્ડ કંપની'ને ઘણા લાંબા સમય સુધી પૂરી ન શકાય એવા ઉત્તમ અધિકારીની ખોટ પડી છે અને હજી પણ મિ. દોશી પોતાનો નિર્ણય બદલે (અલબત્ત, મિ. દોશી નિર્ણય બદલવાનો નથી એની દરેકને ગળા સુધી ખાતરી છે અને કદાચે મિ. દોશી પોતાનો નિર્ણય બદલવાની ઇચ્છા વ્યક્ત કરે તો ડિરેક્ટર બોર્ડે મિ. દોશીનું રાજીનામું સ્વીકારી લીધું છે એટલે ઘણી બધી ટૅક્નિકલ ગૂંચો ઊભી થાય અને ઘણી બધી મુશ્કેલીઓ ઊભી થાય એની દરેકને ખબર છે) તો કંપની એમના નિર્ણયને સહર્ષ વધાવી લેશે. અંતમાં મિ. દોશીએ કંપનીના બધા ઑફિસરોએ એના તરફ દાખવેલાં પ્રેમ અને સૌજન્ય બદલ સહુનો અંતઃકરણપૂર્વક આભાર માન્યો અને 'ક્લેયમેન્ટ ઍન્ડ કંપની' છોડવાનો પોતાનો નિર્ણય હવે બદલી શકાય એમ નથી તે બદલ ઊંડી દિલગીરી વ્યક્ત કરી.

*

સુબંધુ દોશીના પત્રો મૃદ્દુ તરફ વહે છે. પરંતુ સામેથી કોઈ પ્રત્યુત્તર નથી મળતો એટલે વહેતા બંધ થાય છે. સુબંધુ સિનેમા જુએ છે એકલો. આર્ટ ગૅલરીમાં આવેલાં બે પ્રદર્શન જુએ છે એકલો. સુનીતિનો સંપર્ક ન સાધવાનું મન સાથે નક્કી કર્યું છે. જાહ્નવિકાને સ્મૃતિમાં આવવા જ નથી દેતો. વખતોવખત સુબંધુ મૃદુના પત્રની આતુરતાપૂર્વક રાહ જુએ છે. સુનીતિ જાહ્નવિકાના ફોનની રાહ જુએ છે. અને આખરે થાકીને ચાલી નીકળે છે. ઑફિસમાંથી, ઘરમાંથી, બેઠો હોય ત્યાંથી, ઊભો હોય ત્યાંથી.

શું છે આ જીવન? સ્વપ્ન, ભંગાર, રમત પ્યાદું, ઘોડો વજીર એકચાલ ટેઢી એક ચાલ સીધી એક ચાલ ઊભી એક ચાલ આડીચાલો આપણે રમત રમીએ. જીતવાનું સ્વપ્ન સેવીએ. હારવાનો ડોળ કરીએ. આખી બાજી ઉલાળી દઈએ. શું મજા છે રમવામાં ભાઈ? દુઃખ છે સુખ છે તૃષ્ણા છે વિતૃષ્ણા છે. ચાલી નીકળીએ ચાલો બાજી ઉલાળી દઈને. બસ મોજ છે હવે. જીતવું નથી હારવું નથી, ગોઠવવું નથી જોડવું નથી તોડવું નથી.

*

મિસિસ પંજવાણી, મિસિસ કોટક, મિસિસ સાઠે આંખોમાં જિજ્ઞાસા સાથે, સાવ અજાણપણાનો ડોળ ઊભો કરીને, ખૂબ સહૃદય દેખાઈને, ખૂબ હમદર્દ દેખાઈને, સુબંધુ દોશીને પ્રશ્નો પૂછે છે, 'ક્યારે આવશે મિસિસ દોશી? બહુ દિવસ રહ્યાં પિયર, તબિયત તો સારી છે ને?'

સુબંધુ દોશી મનમાં પગ પછાડતો ઉપરથી ચમકતું સ્મિત કરતો જવાબ આપ્યા કરે છે. 'એના ઘરમાં બીમારી છે. આવી જશે થોડા દિવસમાં.'

સુબંધુ જાણે છે એની પીઠ પાછળ મિસિસ પંજવાણી અને મિસિસ કોટકની આંખના ગુપ્ત સંકેત થયા જ હશે.

ઘરમાં પ્રવેશ છે ત્યારે એને લાગે છે કે ખૂબ થાક લાગ્યો છે, પણ આ ઘરમાં આરામ નહીં મળે. એને દરેક ફ્લૅટમાં વાતો થતી સંભળાય છે. ટાઇલ્સ ઘાટીએ ગમે તેમ ફેરવેલા લપેડાથી ઝાંખી પડી ગઈ છે. ડાઇનિંગ ટેબલ પર સવારની વધેલી બ્રેડ એમ ને એમ ખુલ્લી પડી છે. અથાણાની બરણી ઉઘાડી છે. ટેબલ પર, સોફા પર હાથ મૂકતાં ધૂળની રજકણો ચોંટી પડે છે.

સોફાની બૅક પર માથું ટેકવી આંખો મીંચી તે એમ જ બેસી રહે છે. ગૂંગળાય છે. આંખો ખોલે છે. બધાં બારીબારણાં બંધ છે. ધડાધડ બારીઓ ખોલી નાખે છે. સામે અસ્ત થતી સંધ્યાના લાલ રંગો છે. નીચે બગીચામાં બાળકોનો કલબલાટ છે, પણ પાછળ ખભે હાથ મૂકીને કોઈ ઊભું નથી. થોડી વારમાં આકાશ રક્તશ્યામ બને છે. જાહ્નવિકા આચાર્યની ચીમળાયેલી મૂર્તિ આંખો સામે ઊભી છે. એ જાડા હોઠ, વેદનાટપકતી આંખો, ઊપસેલી નસોવાળો હાથ 'સેક્સથી સ્ત્રી પામી શકાતી નથી. તમારી સેક્સને સંતોષે એવો સમાજ, સુબંધુ હસે છે, સેક્સ સેક્સ! એકદમ પીઠ ફેરવી નાખે છે. આખો ફ્લૅટ અંધકારથી ભરેલો છે.

બીજા દિવસથી કુર્લા, ઘાટકોપર, દાદર, માટુંગામાં બંધાતા ફ્લૅટ્સમાં સુબંધુ દોશી ઘૂમે છે. આઠ દિવસમાં માહિમનો ફ્લૅટ ખાલી કરે છે. મળસકે ઘરર ઘરર કરતો એક ખટારો માહિમના 'અલકા ઍપાર્ટમેન્ટ'ની શાંતિ ચીરતો આવીને ઊભો રહે છે. આંખો ચોળતાં કેટલાક ફ્લૅટ્સનાં બારણાં ખૂલે તે દરમિયાન સુબંધુ દોશીનો ફ્લૅટ ખાલી થઈ જાય છે. સોફા ટેબલ ખુરસી રેડિયો

ઇસ્ત્રી વાસણ બરણી ફોટા બ્રશ ઝાડુ એમ જ ઊચમૂચ ઊંઘતાં ઝડપાતાં હોય એમ ટ્રકમાં ધરબાઈ જાય છે. ખળભળ ખળભળ ખટારો હડસેલાય છે. માહિમની ખાડીની દુર્ગંધને ઓળંગતો સ્લમ્સની દુનિયાનો ચીરતો અડધો કલાકમાં કુર્લામાં 'આનંદીલાલ ફ્લૅટ'ના ચોગાનમાં ખડકાય છે.

એક કલાકમાં 'આનંદીલાલ ફ્લૅટ્સ'ને બીજે માળે બે રૂમના ફ્લૅટમાં સુબંધુ દોશી સામાનના ઢગલા વચ્ચે બેઠો છે. ત્રણચાર બરણીઓની તિરાડમાંથી અથાણાનું તેલ ઝરે છે. ડાઇનિંગ ટેબલની ખુરસી એક પાયો નીકળી જતાં એક બાજુ નમી પડી છે. છ ફૂટના લાઇટ ગ્રે કલરના કબાટનો રંગ ઠેકઠેકાણેથી ઊખડી પડ્યો છે. એની પીઠમાં ઊંડો ખાડો પડી ગયો છે. પ્લાસ્ટિકની ડોલનું હૅન્ડલ એક તરફથી છૂટું પડી લટકી રહ્યું છે. દીવાનની ભરાવદાર ગાદીના કવરને ચીરી રૂ બહાર ફૂટી નીકળ્યું છે. આ અસ્તવ્યસ્ત ખંડિત અસબાબને નીરખતો એમની વચ્ચે સુબંધુ દોશી બેઠો છે.

ત્યાં દૂર પૂર્વમાં સૂર્યનો ઉદય થાય છે અને ઝળહળતાં અજવાળાં 'આનંદીલાલ ફ્લૅટ્સ' પર, આસપાસના વિસ્તાર પર, મુંબઈ નગરીની ઊંચીઊંચી ઇમારતો પર ફેલાય છે.

*

'ક્લેયમેન્ટ ઍન્ડ કંપની'ના જીવનમાં સુબંધુ દોશી આવ્યો ને ગયો. મૃદાંગના, સુનીતિ ને જાહ્નવિકાના જીવનમાં આવ્યો ને ગયો.

સાલો ડિબોચ હતો. સેક્સી હતો. ખુશામતિયો હતો. બુદ્ધિશાળી હતો. ઉતાવળિયો હતો. સ્વાર્થી હતો. પોતાના સ્વાર્થ ખાતર બીજાનું ગળું કાપી નાખે એવો નિર્દય હતો. ઉદ્યમી હતો. મહેનતુ છે એવો દેખાવ કરતો હતો. બુઝર્વા ખ્યાલોથી બંધાયેલો હતો. મૉડર્ન હતો. ઓપનમાઇન્ડ હતો, જ્ઞાની હતો. શઠ હતો. નિખાલસ હતો. દંભી હતો.

તો હે શ્રોતાજનો! આવો મિ. દોશી હતો. આવ્યો ને ગયો. ફરી દરેકના જીવનમાં એ પાછો આવે પણ ખરો. બીજી વ્યક્તિઓના જીવનમાં પણ આવશે. એ વ્યક્તિઓ ફરી પાછો એના વિશે અભિપ્રાય બાંધશે. જૂના અભિપ્રાયને બદલે પણ ખરી.

હવે તમે કહો, તમે શું માનો છો? કેવો હતો મિ. દોશી? જેવો મિ. દોશી તેવા તમે. તેવો હું. મારાતમારા વિશે આવા ખ્યાલો આપણી આસપાસ

ચકરાતા હશે, બદલાતા હશે. અને એમ ને એમ કોઈ કોઈને કેવું છે એ ખરેખર જાણ્યા વગર, સમજ્યા વગર એકમેકના જીવનમાં આવે છે ને જાય છે. અભિપ્રાયોની ગાંઠો વળે છે ને છૂટે છે. બસ આમ ચાલ્યા કરે છે ને આપણે વિકાસની, ઉન્નતિની, અવનતિની, સ્થિરતાની ને ગતિની એમ જાતભાતની ફેંકાફેંકી કર્યા કરતાં જીવ્યા કરીએ છીએ. કેવી મજા આવે છે જીવવાની, નહીં ભાઈ?

અહીં આવો. એકદમ નજીક આવો. જુઓ કોઈ ન સાંભળી જાય એમ તમને એકલાને કાનમાં કહું, આપણે બે જ જાણીએ. તદ્દન ખાનગી. ઓ. કે.? ખરું કહું? મિ. દોશી જેવો કોઈ માણસ જ ન હતો. 'ક્લેયમેન્ટ એન્ડ કંપની' જેવી કોઈ કંપની ન હતી. બધી બનાવટ. સદંતર બનાવટ. મૂરખ બનાવવાની વાતો. ઓહ! તમારા ચહેરા પર તમેય મૂરખ બન્યા એનો રોષ છે? અરે ભલા માણસ, અકળાઓ નહીં. ભલે ને બીજા શોધ્યા કરતા મિ. દોશી ખરેખર કેવો હતો? તમે એવું કોઈ સંશોધનફંશોધન ન કરતા. એક વખત મૂરખ બન્યા તે બન્યા. પણ ભલા માણસ, હવે વિશેષ મૂરખ ન બનશો. બીજા ભલેને બનતા મૂરખ. આપણે શું? આ તો તમે જરા દેખાવ પરથી સરળ લાગ્યા એટલે કહી દીધું. અરે તમે હસો છો હોઠમાં? હત્ તમેય બનાવી ગયા મને? કેવા ભોળાભટાક દેખાતા હતા મોં પરથી ને હવે આવો વિશ્વાસઘાત? જાઓ, જતા રહો. જાઓ કરજો જાહેરાત બધે કે આ આખી વાત બનાવટી છે!

૧૧

મૃદાંગના દોશીએ હવે આંખમાંથી આંસુ લૂછી નાખ્યાં છે. નિસાસા નાખવાના બંધ કર્યા છે. સુબંધુના પત્રોની થપ્પી એમની એમ ઉઘાડ્યા વગરની પડી છે. બધા પત્રોને પછી એમ ને એમ મૃદાંગના બાળીને રાખ કરી નાખે છે.

અને હવે તેણે મુંબઈની ભિન્ન ભિન્ન શાળાઓમાં ઇન્ટરવ્યૂ આપવાની શરૂઆત કરી દીધી છે. આત્મવિશ્વાસ છે એને. જરૂર જૂનથી ક્યાંક નોકરી મળી જશે. પછી પોતે પિતાથી સ્વતંત્ર બનીને રહેશે.

'બહેન, હું જીવું છું ત્યાં સુધી આ ઘર તારું છે. નોકરી માટે ફાંફાં ન માર. હું સુબંધુરાયને પાઠ ભણાવીશ. કોર્ટમાં ઘસડીશ. હાલબેહાલ કરીશ. તારો નિભાવખર્ચ માગીશ. હું હોઉં કે ન હોઉં, જીવનભર તને નિભાવવી પડે એવી એને ફરજ પાડીશ.'

'નહીં બાપુજી, હું એમના ગળામાં ઘંટીનું પડ નથી બનવા માગતી. લગ્ન પછી સ્ત્રી માતાપિતાની બાળકી મટી જાય છે. હવે હું તમારાથી સ્વતંત્ર છું. હું મારું એક જુદું ઘર લઈને રહીશ. મારી કમાઈથી મારા બાળકને મોટું કરીશ.'

મનમોહન શાહનાં નેત્રો સજળ છે. મૃદાંગના દઢ ગંભીર પગલે બીજા ખંડમાં જાય છે.

'ક્યાં છે ઘર? લખલખતો ફ્લૅટ, સોફા, ટીવી, સ્ટીરિયો, ફ્રિજ, ડાઇનિંગ ટેબલ... થી સજ્જ. બે બાળકો અભ્યાસમાં રત. ખિલખિલતો ગળે વળગતો પતિ. મહાબળેશ્વર, ઊટી, સિમલા, કાશ્મીર વર્ષોવર્ષ પ્રવાસો. મામામાસીની આવનજાવન. તહેવાર, ઉત્સવ, પિક્ચર ટીવી કલ્લોલ કલ્લોલ કલ્લોલ...

મૃદાંગના દોશી હસે છે, ક્યાં છે ઘર?

*

મૃદુ સુબંધુના પત્રો વાંચે છે, વિચારોમાં ખોવાઈ જાય છે. સુબંધુને અન્યાય કરું છું હું. સુબંધુ, તમે મારા છો. મારા જ છો. કોઈ સ્ત્રી તમને ઝૂંટવી નહીં શકે મારી પાસેથી.

'બહેન, તું સુબંધુરાય વિશે ખોટાખોટા ખ્યાલો ન બાંધી બેસીશ. હોય, પુરુષ છે, આમતેમ કોઈ ફસાવી દે. મુંબઈ શહેર છે. સ્ત્રીની ફરજ એ કે પુરુષને પોતાની તરફ ખેંચી રાખવો.'

'તું શિખામણ ન આપ, બા. મને મને બધી ખબર છે.'

'તો એમને કાગળનો જવાબ કેમ નથી આપતી?'

'આપીશ, સમય આવ્યે. એમને પશ્ચાત્તાપ કરવા દે.'

'બહુ ખેંચે તૂટી જાય.'

'મને ખબર છે. તું આટલો ઉપકાર કર. બાપુજીને સમજાવ. ગમે તેમ કરી સમજાવ. કોર્ટનો રસ્તો મારે નથી લેવો. કોર્ટ મને સુબંધુથી સદાય જુદી પાડી દેશે. મારે સુબંધુથી જુદા નથી પડવું.'

મૃદુ મૌન બની બેત્રણ મિનિટ સુધી દૂરથી આવતા ગીતના સૂરને ઝીલે છે.

હું ફરી પાછું મારું ઘર વસાવીશ. મારું ઘર. કલ્લોલતું ઘર. સુબંધુ, તમે મારું ઘર તોડી નહીં શકો.

'હું તો થાકી બહેન, તારાથી. આમ ક્યાં સુધી રડ્યા કરીશ? પુરુષને સાચવતાં આવડવું જોઈએ. તો આ દિવસ ન આવે. હવે રડે શું વળે?'

તમને સહુને હું ઓળખી ગઈ છું, તારું કટાણું મોં આખો દિવસ મારી સામે ભમ્યા કરે છે. બાપુજી મેં ઘરમાં પગ મૂક્યો ત્યારથી એક હરફ મારી સાથે નથી બોલ્યા. મારી સામે નજર સુધ્ધાં નથી નાખી. શું નથી જાણતી એ બધું હું!

'મને રડીને ખાલી થઈ જવા દે, બા. મને ન અટકાવીશ.'

એક પણ આંસુનું ટીપું આ આંખમાંથી ન નીકળે એવી બની જઈશ પછી હું, સુબંધુ. ત્યારે હું તમારી પાસે આવીશ. મૃત મૃદુ તમારી સાથે જીવશે, સુબંધુ. ધીમેધીમે આ દેહ તમારા સામેથી ઓગળતો જશે. એ ઓગળતા દેહમાંથી ફેલાતી જ્વાળાઓ તમને ભરખવા માટે દોડશે અને એ જ્વાળામાં તમને પ્રજળતા જોઈ હું હસીશ. બેહદ હસીશ.

મારે એક ઘર બાંધવું હતું, એક ઘર. એ ઘરની ભીંતો ઊભી થાય થાય ને તમે એને તોડી નાખી સુબંધુ. તમારે બીજું ઘર બાંધવું છે, પણ હું તમને એ ઘર નહીં બાંધવા દઉં. તમે બાંધશોબાંધશો ને હું એ તોડી નાખીશ. અને પછી એ ખંડિયેર પર ઊભીઊભી હસ્યા કરીશ. હું મૃદાંગના છું, સુબંધુ દોશી!

*

તો એમ વાત છે, સુજ્ઞ શ્રોતાજનો. મૃદાંગના દોશી કઈ દિશામાં કેવી રીતે વળશે એની આવીઆવી ઘણી શક્યતાઓ બતાવી શકાય. તમે સ્વીકારો, તમે કલ્પો એ શક્યતા તમારી. મુબારક તમને.

પણ મહત્ત્વની વાત એ નથી. મહત્ત્વની વાત તો બીજી છે. આખરે માણસને ઘર બાંધતાં આવડવું જોઈએ. તમે શું માનો છો? સુબંધુ દોશીને ઘર બાંધતાં ન આવડ્યું ને? દીવા જેવી વાત છે. વિવાદને અવકાશ જ નથી. પત્ની ચાલી ગઈ. મકાન બદલ્યું. નોકરી બદલી. જાહ્નવિકા ને સુનીતિ સાથેનો સંબંધ તોડી નાખ્યો. મૂરખના હાથમાં શું રહ્યું? માની લો. કદાચ મૃદાંગના એની સાથે પાછી આવીને રહે, પરંતુ તમે માનો છો ને કે કાચ જેવું હૃદય એક વખત તૂટે એટલે ખલાસ. પછી એ સંધાય નહીં! મૃદાંગના આવીને રહે, પણ દાંપત્યજીવનનો ને દાંપત્યપ્રેમનો ને પ્રેમની પવિત્રતાનો ને દિવ્યતાનો તો સાવ ખાતમો બોલી ગયો ને? માટે હે ડાહ્યા સુજ્ઞજનો, હે શાણા સુજ્ઞજનો! હું તમને શિખામણ આપું છું, તમને આદેશ આપું છું. એ મૂરખ સુબંધુ દોશી જેવું ઘર આપણે ન બાંધવું. આપણે એકપત્નીવ્રત પાળવું. બીજી સ્ત્રીનો વિચાર... ના તમને તો નથી જ

આવતો. મને ખબર છે. તમે તો સજ્જન ને પવિત્ર હૃદયના માણસ છો; પરંતુ કોઈક સુબંધુ દોશી જેવા મૂરખને એવા વિચાર આવે તો એ વિચારને લાકડી મારી મારી હાંકી કાઢવા અને સૌજન્યનો ઝભ્ભો પહેરી પહેરી ફર્યા કરવું અને આપણી પત્ની સાથે દાંપત્યપ્રેમની ઉજાણી કરવી.

એટલે આપણે તો વંદન કરીએ છીએ, પૂજા કરીએ છીએ પેલા અંબાપ્રસાદ જાનીની. કહેવું પડે. મરદ માણસ. સાચું ઘર બાંધતાં–નક્કર ઘર બાંધતાં આવડ્યું હોય તો એને આવડ્યું. કંઈક એની સોબતથી કાચુંપાકું બાંધતાં આવડ્યું શાંતિપ્રસાદ ભટ્ટને. બાકી જાહ્નવિકા આચાર્યયે ફાંફાં મારે છે અંધારામાં ને સુનીતિ શાહ તો સાલી વંઠી ગઈ છે. એને વળી ઘર શું ને બહાર શું? બધુંય સરખું સપાટ બનાવી દીધું છે એણે, ભાઈ. એટલે આપણે તો અંબાપ્રસાદ જાની પર ઓવારી ગયા છીએ. સંમત છો કે નહીં તમે? અરે ભાઈ, સાચું જ કહું છું. કોઈ બનાવટ નથી. કોઈ તરકટ નથી. ન માનવું હોય તો તમે જાણો. પછી પસ્તાઓ ને ઘરમાં તિરાડ પડે કે ઘર આડુંઅવળું ન ગમે એવું બંધાઈ જાય તો મને દોષ ન દેશો. માટે મૂકો આજથી પાણી, ઘર બાંધીશ તો અંબાપ્રસાદ જાની જેવું. નહીંતર? નહીંતર શું? જવા દો કંઈ નહીં કંઈ નહીં કંઈ નહીં...

✿ ✿ ✿